## അംബുജം

കണ്ണൂർജില്ലയിലെ കടമ്പൂർ സ്വദേശി. അധ്യാപികയായി ജോലി ചെയ്യുന്നു. വിദ്യാഭ്യാസ ജില്ലാതല പുരസ്കാരം, കെ.എസ്.ടി.എ. കഥാപുരസ്കാരം (2010, 11, 12) മഹിളാചന്ദ്രിക ചെറുകഥാപുരസ്കാരം (2011), 2014-ലെ ഭീമ ബാലസാഹിത്യപുരസ്കാരം (സച്ചിന്റെ ആനകൾ), 2017-ലെ കൊടുങ്ങല്ലൂർ ബാലസാഹിത്യസമിതിയുടെ പ്രൊഫ. കേശവൻ വെള്ളിക്കുളങ്ങര അവാർഡ് (മാളവികയുടെ മയിൽപ്പീലികൾ), 2017-ലെ സംസ്ഥാന ബാലസാഹിത്യ ഇൻസ്റ്റിറ്റ്യൂട്ടിന്റെ ജീവചരിത്രസാഹിത്യത്തിനുള്ള അവാർഡ് (കുമാരനാശാൻ) എന്നിവ ലഭിച്ചിട്ടുണ്ട്.

അൻവർനസീറിന്റെ ചരിത്രപുസ്തകം, ഗോതമ്പുവയലിലെ കാറ്റ് (ചെറുകഥാസമാഹാരം), ജലച്ചില്ല് (നോവൽ), തരിശുനിലത്തിലെ പെണ്ണുറുമ്പുകൾ (കവിതാസമാഹാരം), മിഷയുടെ മഞ്ഞുകാലം, അമ്മിണിക്കോഴിയും കൂട്ടുകാരും, കാടേ കാടേ കൈ നീട്ടൂ, പുസ്തകവണ്ടി, കുന്നുംപുറം സ്കൂളിലെ വിശേഷങ്ങൾ, ഹായ് അരിയുണ്ട, അരിപ്പോ തിരിപ്പോ, വീട് മരം കിളി, ഇനുക, വൈലോപ്പിള്ളി ജൈവബോധത്തിന്റെ കവി, കോവിഡ്-19 തുടങ്ങിയവയാണ് പ്രധാനകൃതികൾ.

ഭർത്താവ്: രാജൻ പി.പി., മക്കൾ: മേഘ, മാളവിക.

വിലാസം: 'ഹരിതം', പനയത്താംപറമ്പ്, എടയന്നൂർ പി.ഒ, കണ്ണൂർ.
Mob: 9847561150

Malayalam Language
Murivukalil Kattoothumbol
(Stories)
by
Ambujam

♦

Published in March 2022
by Kairali Books Private Limited
Thalikkavu Road, Kannur.
Ph : 0497-2761200
E-Mail : kairalibooksknr@gmail.com

♦

Cover Design
Prasanth Mangad



Price ₹ : 180.00

102/21-22/Sl.No.1293/POD150/NS 18.6
ISBN 978-93-49727-44-1

# മുറിവുകളിൽ കാറ്റൂതുമ്പോൾ

അംബുജം

കൈരളി ബുക്സ്

# കഥകൾ


1. മാനവൻ ...05
2. ആകാശക്കടലും കുഞ്ഞാമനും പിന്നൊരു പെണ്ണും ...12
3. വിജ്ഞാപനം ...26
4. ഒരിന്ത്യൻ അടിമക്കഥ ...36
5. അന്ത്യവിധിയും വെള്ളരിപ്രാവും ...44
6. ബീഡിതെറുപ്പുകാരിയുടെ കൃഷ്ണൻ ...54
7. പത്രോസിന്റെ മുറിവുകൾ ...62
8. തുന്നൽക്കാരന്റെ ആത്മഗതങ്ങൾ ...70
9. ഒറ്റയൊറ്റകൾ ...78
10. പ്രണയപരവശേ ശുഭം; നിനക്ക് ...84
11. ഗോതമ്പുവയലിലെ കാറ്റ് ...91
12. ചാത്തൻ c/o സാവിത്രി ...99
13. കുരുവിയുടെ വെളിപാടുകൾ ...109

# മാനവൻ

കാടിനു മുകളിൽ മേൽക്കട്ടി പോലെ കനത്തു കിടക്കുകയാണ് മേഘങ്ങൾ. അവയെ നോക്കി നോക്കി കണ്ണ് കഴച്ചു തുടങ്ങി. മേഘരൂപങ്ങൾ ആനയും കുതിരയുമായിത്തീരുന്നതും ചിലപ്പോൾ മുയൽക്കൂട്ടങ്ങളായി ചിതറിപ്പരക്കുന്നതും എത്ര നേരമാണ് നോക്കിക്കിടക്കുക. കണ്ണുകടഞ്ഞു പോകവേ ഒട്ടും നിനച്ചിരിക്കാതെയാണ് എല്ലാം സംഭവിച്ചത്.

രണ്ടു പാറകൾ ചേർന്നുണ്ടായ ഗുഹാമുഖത്ത് ഉറക്കത്തിനും ഉണർവ്വിനും ഇടയിൽ വള്ളിയൂഞ്ഞാലിൽ ആടുന്നതു പോലെ ഒരനുഭൂതി പെരുപ്പിച്ചു കൊണ്ടിരിക്കയായിരുന്നു. ഏറ്റവുമൊടുവിൽ ചേക്കേറുന്ന കാട്ടുകോഴിയോടൊപ്പമാണ് താനും ഇന്നലെ ഇവിടെ വന്നത്. ചെറിയ ചെറിയ ഒച്ചകൾ കനത്തു വരുന്നതും കാട്ടിലെ പെരുമഴ പോലെ ഭയം നിറയ്ക്കുന്നതും അറിഞ്ഞപ്പോഴാണ് കണ്ണു തുറന്നത്. വിശന്നു ഒട്ടിയ വയറിൽ ചെരുതിയ കള്ളിമുണ്ട് ഊർന്നു പോയത് നേരെയാക്കിയാണ് എണീറ്റത്. കാല് നിലത്തു ഊന്നുമ്പോഴൊക്കെ വേച്ചു പോയി. നാലഞ്ചു ദിവസത്തെ വിശപ്പ് ശരീരത്തെ തല്ലിത്തളർത്തുകയാണ്. കണ്ണുകൾ മിഴിഞ്ഞു വരുന്നേയില്ല. പണിപ്പെട്ട് തുറിപ്പിച്ച കണ്ണുകളാണ് സത്യം വെളിവാക്കിയത്. മഴയല്ല വന്നത്, മനുഷ്യരാണ്.

കാടിന്റെ പെരുവയറിനകത്ത് ആരും ശ്രദ്ധിക്കാത്ത ഒരിടത്തേക്ക് ഇവരെങ്ങനെയെത്തി! ചോരമണമുള്ളവരാരെങ്കിലും കാടിനകത്തേക്ക് കയറിയാൽ ഒച്ചവച്ച് കാട്ടിലാകെ മുന്നറിയിപ്പ് തരാറുള്ള മരയണ്ണാൻ പോലും ഇവരെ കണ്ടില്ലെന്നോ? കാടിന്റെ ഗന്ധവും ഏത് ശബ്ദവും തന്നോട് ചേർന്നിരിക്കുന്ന ഒന്നാണ്. പക്ഷേ മനുഷ്യരുടെ ഏത് ശബ്ദവും തന്നെ തളർത്തിക്കളയുന്നു.

ചോദിക്കാനോ പറയാനോ നേരം കിട്ടിയില്ല. വാടിപ്പോയ എന്റെ ശരീരത്തെ അവർ പെട്ടെന്ന് കൈകൾക്കുള്ളിലാക്കി. ശരീരം നിറയെ തല്ലി. എല്ലുകളാണ് വേദനിച്ചത്. ചപ്രത്തലമുടിയിലേക്ക് വിരലിട്ട അവർ വിരൽ കുടുങ്ങി അസഹ്യപ്പെട്ടു. ചീപ്പുകളോടാത്ത കാലമെത്രയായി. ചുരുണ്ടു ചുരുണ്ടു വള്ളിക്കെട്ടു പോലെ അലങ്കോലപ്പെട്ട മുടി പിഴുതെടുത്തു ചിലർ. പാറപ്പുറത്തേക്ക് കളിപ്പന്തു പോലെ തട്ടിയെറിഞ്ഞു ചിലർ. അപ്പോഴും ഓർമ്മകളിൽ ഒരു തെറ്റും തെളിഞ്ഞു വന്നില്ല. കാട്ടു മുത്ത

പ്പന്റെ രൂപം മനസ്സിൽ തെളിഞ്ഞില്ല. ഉൾക്കാട്ടിലെവിടെയോ ആണ് കുടിയിരിപ്പ്. കാട്ടുമുല്ലകൾ വാരിവിതറി വിശപ്പിനുള്ള പരിഹാരമാരായുന്നവനാണ് താൻ. ഇതിപ്പോ മലദൈവങ്ങളുടെ കളിപ്പീരാണോ.. പക്ഷേ ശരീരം ഇടിഞ്ഞു നുറുങ്ങുന്നു.. കാടുകയറി, കുന്നു കയറി വെറും അശുവായ തന്നെത്തേടി വന്ന് ചുരുട്ടി കൂട്ടുന്നതെന്തിനെന്ന് മനസ്സിലായില്ല. പാറയുടെ പരുപരുപ്പിലേക്ക് മുഖമടച്ചു വീണപ്പോഴാണ് അവര് പറഞ്ഞത്,

'നീ കട്ടില്ലെടാ... നായേ...'

ഗുഹയിലേക്ക് പാഞ്ഞുകയറി തന്റേതായ എല്ലാം വാരി, തെറിയോടൊപ്പം പുറത്തേക്കെറിഞ്ഞ് അർമാദിക്കുന്ന അവരെ താൻ വെറുതെ നോക്കിക്കിടന്നു.. കാടിറങ്ങി ഓടാൻ വയ്യാത്ത ക്ഷീണത്തിലേക്ക് തല കുത്തി വീണപ്പോഴാണ് തലയ്ക്കകത്തെ തേനീച്ചക്കൂട്ടങ്ങൾ ഇളകിത്തുടങ്ങിയത്.

ഒട്ടിപ്പോയ വയറ്റത്തേക്കുള്ള ഊക്കനിടികൾ താങ്ങാൻ പറ്റിയില്ല. വീണു പോയതാ പലവട്ടം. എല്ലാരും കൂടി എണീപ്പിച്ച് നിർത്തിയപ്പോൾ വാടിയ ചേമ്പിൽ തണ്ടുപോലെ ഒടിഞ്ഞുപോയ തന്നെ, നേരത്തെ ഊർന്നു പോയ കള്ളിമുണ്ട് കൊണ്ട് ശരീരം ചുറ്റിക്കെട്ടി. അഭയം ചോദിക്കാനുള്ള കൈകൾ രണ്ടും ആ കെട്ടിനകത്ത് കുടുങ്ങിക്കിടന്നു. നടുവൊടിഞ്ഞ വേദനയിൽ പുളയുമ്പോൾ അവർ ഒച്ചവച്ചു.

'നിവർന്നു നില്ക്കെടാ കാട്ടുനായേ...'

ഫോണിലേക്ക് തന്നെ പകർത്തിവയ്ക്കാനുള്ള ആവേശമായിരുന്നു പിന്നീടവർക്ക്... അതോടെ എത്രവേഗതയിലാണ് ഞാൻ കാട്ടുവള്ളിപ്പടർപ്പിനുള്ളിൽ നിന്നും ലോകത്തിന്റെ മുന്നിലേക്ക് തെളിഞ്ഞു വന്നത്. എല്ലാവരും കൂടി എന്നെ പങ്കിട്ടെടുത്തു. പങ്കിട്ടു പങ്കിട്ട് ഞാൻ ഒരു പച്ചവെളിച്ചമായി എല്ലാവരുടെയും കണ്ണിൽ കുത്തി. ആർക്കും അറിയാതിരുന്ന ഞാനങ്ങനെ ലോകത്തിന്റെ മുന്നിൽ കുനിഞ്ഞു നിന്നു. ഇത്രയും പൂർണതയുള്ള ദൈന്യഭാവം ഒരു ഫോട്ടോയെടുപ്പുകാരനും ഇതേ വരെ  കിട്ടിയിട്ടില്ലത്രേ.. മാനവന്റെ ദൈന്യതയുടെ ഓഹരി വീതം വച്ച് കരഞ്ഞവരും ,പരിഭ്രമിച്ചവരും, നിലവിളിച്ചവരുമെത്ര ? ആയുധമാക്കി മാറ്റുന്ന രാസവിദ്യയുടെ ഗൂഢലക്ഷ്യങ്ങളും കണ്ടു.

ക്യാമറയിലേക്ക് നോക്കെടാന്ന് പറഞ്ഞപ്പോൾ എല്ലുപൊടിയുന്ന വേദനയോടെ ആഞ്ഞു നോക്കുകയായിരുന്നു ഞാൻ. കൊടിച്ചിപ്പട്ടിയെപ്പോലെ മോങ്ങിയ തന്നെച്ചേർത്ത് സെൽഫിയെടുക്കുമ്പോൾ നിങ്ങൾക്കറിയോ അതെന്റെ അവസാനത്തെ നില്പായിരുന്നു. കാട്ടിലുള്ള  കുറുനരികളും മലമുഴക്കിയും മയിലും കുരങ്ങനുമൊക്കെച്ചേർന്നുണ്ടാക്കിയ ബ

ഹളം അവരെ മത്തുപിടിപ്പിച്ചിരിക്കാം... മാനവന്റെ ജീവൻ പോകുന്ന വഴിക്ക് തടസ്സം നില്ക്കാനുള്ള അവരുടെ അവസാനത്തെ പ്രകടനമായിരുന്നു അത്.

ഊര് വിട്ട് കാട്ടിനുള്ളിലേക്ക് കയറിപ്പോരുമ്പോഴൊക്കെ തോന്നാറുള്ളത് തലയ്ക്കകത്ത് ഒരു പെരുപ്പാണ്. തേനീച്ചകള് ആർക്കുന്നതു പോലെ.. അതങ്ങ് തൊടങ്ങ്യാലാണ് ഗുഹതേടി കാട് കയറുക. വിശപ്പ് തിരിച്ചറിയുമ്പോൾ വീണ്ടും പുറത്തേക്കിറങ്ങും. കാടിനുള്ളിൽ ഒന്നും കിട്ടിയില്ലെങ്കിലേ അമ്മ തരാറുള്ള ചോറിനെപ്പറ്റി ചിന്തിക്കൂ... എന്നിട്ടും കള്ളനാക്കി തല്ലിച്ചതച്ച മാനവന്റെ അടിവയറ്റിൽ നിന്നും പണ്ടെങ്ങോ കുടിച്ച മുലപ്പാൽ തേട്ടി. അമ്മയുടെ മാനുച്ചെക്കനെ അമ്മയ്ക്കു പോലും വേണ്ടാതായ കഥ അണ്ണാക്കൊട്ടനോടും ചെമ്പോത്തിനോടും പറഞ്ഞു കരഞ്ഞു. അവരൊക്കെ തനിക്കുവേണ്ടി കരയാറുണ്ടെന്ന് വിശ്വസിച്ചു.

തേനീച്ചയാർക്കുന്ന തലയുമായി കുളിക്കാതെ നനയ്ക്കാതെ ചെല്ലുന്ന തന്നെ കാണുമ്പോൾ മുഖം തിരിക്കുന്ന അമ്മയെ കാണാതിരിക്കാൻ ശ്രമിക്കും. പെങ്ങന്മാരുടെ മുഖം അസഹ്യതയാൽ വാടുന്നതും കാണാൻ തോന്നാറില്ല... ഞാനിങ്ങനെയൊക്കെ ആയിപ്പോയില്ലേ... 'മാനവൻ' എന്ന് പള്ളിക്കൂടത്തിലെ മാഷന്മാര് പണ്ട് നീട്ടി വിളിക്കുമ്പോൾ എഴുന്നേറ്റ് തല കുനിച്ച് നില്കും. വല്ലപ്പോഴുമാണ് അവിടെയെത്തുക. അതുകൊണ്ടു തന്നെ നിരവധി ചോദ്യങ്ങൾക്ക് ഉത്തരം പറയാനാകാതെ സ്വന്തം മാറിടത്തിൽ എന്തോ തിരയുന്നതായി നടിക്കും. അവര് പറഞ്ഞു തന്ന അക്ഷരങ്ങളൊക്കെ തലയിൽ കേറാതെ കൊരങ്ങുകളെപ്പോലെ പലമരക്കൊമ്പിലും പാഞ്ഞുകയറിപ്പോയി. അവര് പാടിയ പാട്ടുകളൊക്കെ പാറപ്പുറത്തൂടെ വെള്ളം ഒഴുകിപ്പോയതു പോലെയായി. ആകപ്പാടെ തലക്കുള്ളിൽ പൂതലിച്ച മരത്തിന്റെ ഉള്ളുപോലെയായിരുന്നു എന്നും.

പുകയിലയും വാറ്റുചാരായവും കുടിച്ച് ഇളിച്ച് നടക്കുന്ന നിന്നെ എനിക്കെന്തിനാന്നും പറഞ്ഞ് ചെമ്പരത്തിപ്പെണ്ണ് തള്ളിയിറക്കിയപ്പോൾ അവളുടെ മുറ്റത്ത് കുത്തിയിരുന്ന് കൊറേ നേരം കരഞ്ഞു. കുട്ടിയായിരുന്നപ്പോഴേ അവളായിരുന്നു കൂട്ട്. ഊരിനകത്തും പുറത്തും അവളോടൊപ്പം മേഞ്ഞു നടന്ന നിഴലിടങ്ങൾ, അരുവിയോരങ്ങൾ, ഉൾക്കാടുകൾ: അതൊക്കെ ഇപ്പോൾ തന്നെക്കാണുമ്പോൾ മൗനമായി ചോദിക്കും.. 'മാനൂ.. ഒറ്റക്കൊമ്പനല്ലേന്ന്...' വെറും കലമാനാണെന്ന് അവരോടേറ്റു പറഞ്ഞു...

തേനുള്ള മരത്തിൽ പൊത്തിപ്പിടിച്ച് കയറുമ്പോൾ കൂർത്ത മുഖം മുകളിലേക്കുയർത്തി ചെമ്പരത്തിയുടെ ഒരു നില്പുണ്ട്. ആകാശത്തു നിന്നും നോക്കുമ്പോൾ ചെമ്പരത്തിയുടെ മുഖത്തിനു കൈയും കാലും മു

ളച്ചതു പോലെ തോന്നും. അവളാകെ വിചിത്രമായ ജീവിയായി മാറിയ തായി താനമ്പരപ്പിനടിമപ്പെടും. കൂർത്ത മുഖത്തിന്റെ ആകാശക്കാഴ്ച കണ്ട് ചിരിപൊട്ടി താൻ കുഴഞ്ഞു പോകാറുണ്ട്. തേനീച്ച കൂട്ടിലേക്ക് കൈയിടുമ്പോൾ റാണിയീച്ചയും പണിക്കാരും പേടിച്ചോടും. സമ്പാദ്യ മത്രയും കൊള്ളയടിക്കാൻ വന്നവനെ കുത്തിത്തുരത്താനാവാതെ നില വിളിച്ചകലുന്ന അവറ്റകളെ വെറുതെ നോക്കിയിരിക്കും. മാനുവിന്റെ ശ രീരത്തിൽ തേനീച്ചകളൊന്നും അടുക്കില്ലെന്ന് ചെമ്പരത്തിക്കറിയാം..അ താണവൾ തേനെടുക്കാൻ തന്നെ പ്രലോഭിപ്പിക്കുന്നത്.

"മാനൂ... നീയൊരു അവതാരല്ലേ... ഈച്ചകുത്താത്ത കാരിരുമ്പ്..."

അതൊരു അനുമോദനമായി തനിക്കുച്ചുറ്റും വരിഞ്ഞു മുറുക്കുമ്പോൾ മരത്തിൽ കയറിക്കഴിയും. താനെടുത്ത തേൻപലക മുഴുവനും എടു ത്ത് അവള് അപ്പന്റെ പുരയിലേക്കോടും. അയാളത് പിഴിഞ്ഞെടുത്ത് നാ ട്ടിലേക്കിറങ്ങും. പുകയിലയും ഒണക്കമീനും വാറ്റുചാരായത്തിന്റെ കു പ്പികളും കെട്ടിപ്പൊതിഞ്ഞ് കൊണ്ടുവരും. അയാളു തന്നെയാണ് ചാരാ യക്കോപ്പ തന്റെ മുന്നിലേക്ക് വച്ചു തന്നതും.

"കുടിയെടാ മാനവാ.. ചെമ്പരത്തീന പൊറുപ്പിക്കുന്നോന് കള്ള് മോ ന്താനറിയില്ലാന്ന് പറയിക്കരുത്..."

കാട്ടിനകത്തെ സ്വതന്ത്രമായ ഇരുട്ടിൽ എത്ര തവണയാണ് ചെമ്പര ത്തിയെ കെട്ടിപ്പിടിച്ചത്.. കൂർത്ത ചുണ്ടുകളെത്ര പ്രാവശ്യം മുദ്ര വയ്ക്ക പ്പെട്ടു.

"വേണ്ട, വേണ്ട... പൊന്നച്ചൻ കാവിലെ ഉത്സവം കഴിഞ്ഞിട്ട് എന്നെ കെട്ട്.. ന്ന്ട്ട് മതിയെന്റെ മാനവാ..."

കൊഞ്ഞനം കുത്തിക്കൊണ്ട് അവൾ കുതറിയോടുമ്പോൾ ശരിക്കും നിരാശ പെരുക്കും. മരുതിന്റെ വേരിലിരുന്ന് തല കുനിച്ച് ശരീരത്തിന്റെ വിമ്മിട്ടമൊതുക്കുമ്പോൾ മലമുഴക്കി വേഴാമ്പലിരുന്നു നെലവിളിക്കും. ഞരമ്പുകൾ  കോച്ചിവലിക്കുന്ന നേരമത്രയും വേരിനിടയിൽ ചുരുണ്ടു കൂടും. ഉണരുന്ന കാമനകളെ അമർത്തിപ്പിടിക്കവേ മാനോ, മയിലോ വ ന്നെത്തി നോക്കി കുണുങ്ങിയോടുമ്പോഴായിരിക്കും ലജ്ജിച്ചു പോവു ക. മരുതിന്റെ ചുരുണ്ടുണങ്ങിയ പൂവെടുത്ത് അവയ്ക്ക് നേരെ എറി യും. "പോ.. ദൂരെ പോ..." വഴുക്കലുള്ള കല്ലുകളിൽ ചവുട്ടി ചോലയിലി റങ്ങി മുങ്ങി നിവരുമ്പോൾ കാട്ടുമുല്ലകൾ ജലപ്പരപ്പിൽ സുഗന്ധം അലി യിക്കുന്നുണ്ടാവും. ഊരിലേക്കുള്ള മടക്കത്തിൽ ആരുടെയൊക്കെയോ ചോദ്യങ്ങളെ ചിരിച്ചുകൊണ്ട് നേരിടും...

എപ്പോഴാണ് ചെമ്പരത്തിക്ക് താനൊരു ചൊറിയണം പോലെ നികൃ ഷ്ടനായതെന്നറിയില്ല. കാണുമ്പോഴൊക്കെ മരങ്ങൾക്കിടയിലേക്കോ ഊ

രുകളുടെ മറവുകളിലേക്കോ അവൾ നിഴലു പോലെ അലിഞ്ഞു തുടങ്ങി. ഒരിക്കലും പിടി തരാത്ത ഒരു മൃഗത്തെപ്പോലെ അവൾ കാട് മുഴുവനും തന്നെ ചുറ്റിച്ചു. സഹികെട്ട് അവളുടെ കുടിലിന്റെ മുറ്റത്ത് കുത്തിയിരുന്നു കരഞ്ഞു. കാടിന്റെ പഴകിയ ചൂര് തന്റെ ശരീരത്തിനു ചുറ്റും വലയം ചെയ്തു നിന്നപ്പോൾ കാടാകെ മുറ്റത്തെത്തിയ പോലെ ചെമ്പരത്തിക്ക് തോന്നിക്കാണും.

"ചാരായം മോന്തി, കുളിനനയില്ലാത്ത നെന്നെക്കെട്ടാനെനിക്ക് പറ്റൂല..."

അതൊരു പൊട്ട ന്യായമാണെന്ന് ആർക്കാണറിയാത്തത്... വാസന സോപ്പിൽ അലിയിച്ചു കളയാനുള്ള അഴുക്ക് മാനവന്റെ ഊരിലാർക്കുമില്ല. ഇഞ്ചത്തോലൊരച്ച് തേച്ചാൽ ചേറ് കാട്ടുചോലയിൽ അലിഞ്ഞിറങ്ങും. ഇത് അതൊന്നുമല്ല കാര്യം. നാട്ടീന്നിറങ്ങി വന്ന ആരോ ചെമ്പരത്തിയെ തേടി വന്നിരിക്കും. അവളുടെ അപ്പന് അഭിമാനം തൊട്ടുതീണ്ടിട്ടില്ല. അയാളും അതിന് അനുവാദം കൊടുത്തു കാണും.

ഒഴിഞ്ഞു പോയ ബന്ധം കൂട്ടിപ്പിടിക്കാനാവാതെ മനസ്സ് വിങ്ങുമ്പോഴാണ് തലയിലെ തേനീച്ചക്കൂട് ഇളകിയത്. ഇടയ്ക്കിടെ ആക്രമിക്കുന്ന അവറ്റകളിൽ നിന്നും ഓടിയൊളിക്കാനുള്ള ഇടമായിരുന്നു കാടിനുള്ളിലെ ചെറിയ ഗുഹ. ഗുഹയ്ക്കരികിലുള്ള ചൂട്ടുട്ടി വള്ളിയിലിരുന്ന് ചെറുപക്ഷിയെപ്പോലെ ഊയലാടിക്കൊണ്ട് ചെമ്പരത്തിയെപ്പറ്റിത്തന്നെ ചിന്തിച്ചു കൂട്ടി. കാട്ടുചിലന്തി വല നെയ്തു തീർക്കുന്നത് നോക്കി നില്ക്കേ അവറ്റയുടെ കണ്ണിലെ തീഷ്ണത തന്നെ പൊള്ളിക്കുന്നതറിഞ്ഞു.

ഒരിക്കൽ ബന്ധുക്കളൊക്കെ ചേർന്ന് പട്ടണത്തിലെത്തിച്ചതാണ്, തന്റെ മനസ്സ് കൊട്ടി നേരെയാക്കാൻ. പറകൊട്ടി കാടുകേറ്റുന്ന ആനക്കൂട്ടങ്ങളല്ല മാനവന്റെ തല്ക്കുള്ളിലെ തേനീച്ച കൂട്ടങ്ങള്. പൊന്നച്ചൻ കാവിലെ ഉത്സവകാലമാകുമ്പോഴേയ്ക്കും കുടിയിലെത്തിയപ്പോൾ ചെമ്പരത്തി കിളിവാതിൽ പഴുതിലൂടെ ഒളിഞ്ഞു നോക്കിയതല്ലാതെ വെളിയിലേക്ക് വന്നതേയില്ല. വെളിപ്പെടാത്തതെന്തേയെന്ന് തിക്കുമുട്ടി ചോദിക്കാൻ വാക്ക് പിണങ്ങിയും നിന്നു.

"മാനവന് പ്രാന്താ..."

അടിവാരത്തെ കൂരയിൽ ഒറ്റയ്ക്ക് താമസിക്കുന്ന തേവിടിശ്ശി തങ്കമണി പറഞ്ഞു നടന്ന കഥ ഇടയ്ക്ക് താനും കേട്ടിരുന്നു. അവളുടെ പ്രാന്തല്ല തന്റേതെന്ന് അവളുടെ മുറ്റത്ത് ചെന്ന് പറയണമെന്ന് തോന്നിയിരുന്നു. പക്ഷേ തനിക്കതിനും കഴിഞ്ഞില്ല. "പ്രാന്തൻ മാനവൻ തന്റെ പൊരേലും വന്ന്" എന്നു പറഞ്ഞ് അവള് കൊരച്ചു കൊണ്ടിരിക്കും..അത്രയ്ക്കും മൊശടാണ് തങ്കമണി. ഇവളുമാര് ടെവായ്ത്താരിയിലാണോ

ചെമ്പരത്തി വീണുപോയത്. പൊന്നച്ചൻ കാവിലേക്ക് ചെന്ന് മനസ്സറിഞ്ഞ് കരഞ്ഞു. കാറ്റിൽപ്പെട്ട കാട്ടുപൂവുകൾ തലയിലേക്ക് വീണുതുടങ്ങിയപ്പോൾ അത് ദൈവത്തിന്റെ ആശ്വസിപ്പിക്കലാണെന്ന് തോന്നി. പച്ചിലകളുടെ തിരിനുള്ളി വായിലിട്ട് ചവയ്ക്കുമ്പോൾ അമ്മ പറയാറുള്ള വാക്കുകളോർത്തു.

“കാടു മുഴ്വനും മരുന്നാണ്. ഓരോ ചെടിക്കും മനുശ്യന്റെ രോഗം മാറ്റാനുള്ള ചെപ്പടിവിദ്യയറിയാം...”

കാട് തന്റെ തലയ്ക്കകത്തെ തേനീച്ചകളെ മാത്രം അകറ്റിയില്ല. ഊരിൽ നിന്നും കാടിനകത്തേക്കും അവിടെ നിന്നും പുറത്തേക്കും നടന്നുതീർത്തത് മാസങ്ങളും കൊല്ലങ്ങളുമാണ്. അതിനിടയിൽ മാനവനാർക്കും ദ്രോഹം ചെയ്തില്ലല്ലോ..എന്നിട്ടും വെടിവെച്ചിട്ട മാനിനെ തോളിലേക്കിട്ട് മലയിറങ്ങുമ്പോലെയാണ് അവശനായ തന്നെയും കൊണ്ടവർ കാടിറങ്ങിയത്. ഒടിഞ്ഞു തൂങ്ങിയ ശരീരത്തെ എത്ര അനായാസമായാണണവർ വണ്ടിയിലേക്കിട്ടത്.. ഇന്ത്യ ലജ്ജിക്കുന്നു എന്ന അകമ്പടിയോടെ മാനവന്റെ മരണത്തെ ആഘോഷമാക്കിയില്ലേ നിങ്ങൾ. ലജ്ജയ്ക്കും ആഘോഷങ്ങളുണ്ട് എന്നത് എന്റെ ആത്മാവിന്റെ അറിവായിരുന്നു.

കാട്ടിലെ നിലാവിന് മറ്റെവിടെയും കിട്ടാത്ത ഒരു ഇരുണ്ട ചന്തമുണ്ട്. നിലാവിന്റെ പത പാറക്കെട്ടിൽ വീണു കിടക്കുമായിരുന്നു. തേനീച്ച കൂട്ടങ്ങളെ താൻ പറത്തിവിട്ടിരുന്നതും ആ നിലാപ്പതയിലേക്കായിരുന്നു. പതഞ്ഞുപൊങ്ങുന്ന ചിന്തകൾ പെരുത്ത് കാട്ടുജീവിയായി താൻ മാറും. അതൊരു ഉന്മാദത്തിന്റെ കവിഞ്ഞൊഴുക്കായിരുന്നു... കാട് തന്നോട് ചേർന്നു നില്ക്കും.

ഇന്നിപ്പോൾ താൻ നിറഞ്ഞ നിലാവത്താണ്. ഇരുട്ടിനിവിടെ സ്ഥാനമേയില്ല. തേനീച്ചകൾ അടുക്കാത്ത, ഓർമ്മകൾ തുമ്പികളാകുന്ന തണുത്ത നിലാവിൽ... ആരുടെയും ആക്രോശങ്ങളില്ല. ഒളിഞ്ഞിരുന്നു പിറുപിറുക്കുന്ന വാക്കുകളെ ഭയക്കേണ്ടതില്ല. ആൾക്കൂട്ടക്കൊലകളിലൂടെ കൂടുവിട്ടു വരുന്ന ആത്മാക്കൾക്ക് പാർക്കാൻ മാത്രം വലിയ വലിയ ഇടങ്ങളിവിടെയുണ്ട്. പല ഭാഷകളിലേയും പക്ഷിക്കരച്ചിൽ കേൾക്കുന്നുണ്ട്. കാട്ടിലായിരുന്നപ്പോൾ ഗുഹയ്ക്കുള്ളിലേക്ക് അറിയാ ഭാഷകളുടെ പക്ഷിക്കരച്ചിലുകളായിരുന്നു ഒളിച്ചു വരാറ്... പക്ഷേ ബലാത്സംഗക്കാരും. കൂട്ടിക്കൊടുപ്പുകാരും, മാംസ കച്ചവടക്കാരും ഒക്കെ ഇവിടെയുണ്ട്. അവരുടെ ദുർമരണങ്ങളെക്കുറിച്ച് അവർക്ക് കുറ്റബോധമേയില്ല. അവരെക്കുറിച്ചൊന്നും ലജ്ജിക്കുന്നു എന്നാരും പറഞ്ഞിട്ടുണ്ടാവില്ല. അസാന്മാർഗികൾക്കുവേണ്ടി ദൈവം കണ്ണടച്ചിരിക്കുകയല്ലേ....

ഒരു മതിൽ കെട്ടിനരികിലാണ് താനിപ്പോൾ നിലക്കുന്നത്... അതിന

കത്തെ ശബ്ദ കോലാഹാലങ്ങൾ കേൾക്കുമ്പോൾ തലയിൽ നിന്നും ഇറങ്ങിപ്പോയ തേനീച്ചക്കുട്ടങ്ങൾ വീണ്ടും ആർക്കുന്നതു പോലെ തോന്നുന്നല്ലോ... മതിലിനു പുറത്ത് വഴി കാട്ടിയെന്നോണം ഒരു ബോർഡ് കാണുന്നുണ്ടല്ലോ... അക്ഷരങ്ങൾ ചേർത്തെടുത്തു... "പീഢിതരായ പെൺകുട്ടികൾ..." എന്ന അമരവാക്യം കണ്ട് ഞെട്ടുമ്പോൾ പിറകിൽ നിന്നാരോ പിറുപിറുത്തു...

"ഞെട്ടരുത് മാനവാ... തല്ലിക്കൊന്നതിനേക്കാൾ ഭയാനകമല്ലേ ആ നിലവിളികൾ...അതൊരിക്കലും ഒടുങ്ങാറില്ല... അമ്മിഞ്ഞപ്പാലിനു വേണ്ടി ദാഹിച്ച് നിലവിളിക്കുന്നവരാണ് നിർത്താതെ നിർത്താതെ... കേൾക്കുന്നില്ലേ നീയ്യ്..."

കൗമാരക്കാരുടെ ഏങ്ങിയേങ്ങിയുള്ള സഞ്ചാര വഴികളിൽ ഇരുട്ടു മാത്രം... ബാലികമാരാണ് മതിലിൽ തലയിട്ടടിച്ച് അച്ഛനമ്മമാരെ വിളിച്ച് കരയുന്നത്... അവരുടെ ശബ്ദങ്ങൾ ഒന്നിച്ചു കേൾക്കുമ്പോൾ കാട്ടിലെ കുറുനരികളുടെ ഒരിയിടലുകളേക്കാൾ ഭയാനകമായി തോന്നുന്നു.. ഞരക്കങ്ങളും പതം പറച്ചിലുകളും അകമ്പടിയെത്തുമ്പോൾ കാടിനകത്ത് വലിയ മൃഗത്തിന്റെ ഇരകളായി പിടയുന്ന സാധുമൃഗങ്ങളുടെ അടഞ്ഞ ഒച്ചകളോർമ്മ വരുന്നു. കരിയിലകളും ചെറുജീവികളും ഞെരിഞ്ഞമരുന്നതും വേഗതയാർന്ന മൃഗങ്ങളുടെ കുതിപ്പും കിതപ്പും ഇടകലർന്ന് എല്ലാം കുഴഞ്ഞുമറിയും... അപ്പോഴും ഈയാം പാറ്റകളെപ്പോലെ പെൺകുഞ്ഞുങ്ങളുടെ ആത്മാവുകൾ മതിലിനുള്ളിലേക്ക് വന്നു വീഴുന്നുണ്ട്. ദൈവത്തിന്റെ വീട്ടിൽ വച്ച് കൊല്ലപ്പെട്ട പെൺകുട്ടി വന്ന ശേഷം ദൈവം ഉറക്കത്തിൽ നിന്നെണീറ്റില്ലത്രേ...

ഈ ദുർമരണ ഗൃഹത്തിലിരുന്നു പീഢിതഗൃഹത്തിലേക്ക് തുറിച്ചു നോക്കി നോക്കി മാനവന് മടുത്തിരിക്കുന്നു. കാടായ കാടൊക്കെ അടിച്ചുവാരി പീഢിത മതിൽക്കെട്ടിനുള്ളിൽ കൊണ്ടിട്ട് കത്തിക്കണമെന്ന് മാനവൻ ഒരു നിമിഷം ഓർത്തു. അപ്പോൾ അറിയാ ഭാഷകളിൽ ചുറ്റുമിരുന്ന് ചിരിച്ചവരൊക്കെ ഉറക്കെ കരയാനാരംഭിച്ചതും തന്റെ തലയ്ക്കകത്തെ തേനീച്ച കൂട്ടങ്ങൾ ചിറകറ്റ് നിലംപതിക്കുന്നതും അവൻ അറിഞ്ഞു തുടങ്ങി.

•

# ആകാശക്കടലും കുഞ്ഞാമനും പിന്നൊരു പെണ്ണും

ആകാശക്കടലിൽ വമ്പൻ തിമിംഗലങ്ങൾ ഇളകിമറിയുന്നതു പോലെ തോന്നിയപ്പോൾ കമ്പിളിപ്പുതപ്പുകൊണ്ട് തലവഴി മൂടിയിട്ട് കുഞ്ഞാമൻ എന്തൊക്കെയോ പിറുപിറുത്തു.

"കടലെളക്കമെല്ല്യോ... ഒക്കെ മുടിക്കണ ഒച്ചയാ.. തൊയിരായിട്ട് ഒറങ്ങാനും വിട്ല്യ..."

ഉമ്മറക്കോലായയോട് ചേർന്നുള്ള കൊച്ചുമുറിയിലെ കട്ടിലിൽ തിരിഞ്ഞും മറിഞ്ഞും കിടക്കവേ ഇരുട്ടിനോട് അയാൾ കലഹിച്ചു കൊണ്ടേയിരുന്നു.

"കെളവന്മാർക്ക് ഒറക്കം ബരണ്ടേ... പൊലര്ന്നവരേക്കും ഇടയ്ക്കിടയ്ക്ക് ആകാശക്കടലങ്ങനെ അടങ്ങാതെ ഒച്ച വയ്ക്കുമ്പോള് എങ്ങനെ ഒറങ്ങാനാ..."

ആരെങ്കിലും മറുപടി പറയും എന്ന് കരുതാത്തതു കൊണ്ട് കമ്പിളിക്കെട്ടിനുള്ളിൽ ഉരുണ്ടു കൊണ്ടിരിക്കുമ്പോൾ വീടിനു ചുറ്റും ഓരിക്കുറുക്കന്മാരുടെ കൂട്ടനിലവിളിയുയർന്നു. ഏറെ നേരം നീണ്ടപ്പോൾ കുഞ്ഞാമൻ കമ്പിളിയും പുതച്ച് പുറത്തേക്കുള്ള വാതിൽ തുറന്നു .മുറ്റത്ത് നിരനിരയായി നിന്ന് ആകാശത്തേക്ക് നോക്കി കൂക്കി വിളിക്കുന്ന അവറ്റകളോട് കുഞ്ഞാമൻ ഉറക്കെ ചോദിച്ചു;

"ഉം...ഉം... ഗംഭീരമാക്കുന്നുണ്ട്... പക്കേങ്കില് അതങ്ങ് മേലേന്ന് ആരെങ്കിലും കേക്കുന്നുണ്ടോ..പിന്നെന്തിനാ ചെകുത്താന്മാരേ, മോന്തിക്ക് രാന്തൻ കൂക്കി കൂക്കണത്..."

അത് കേട്ടിട്ടെന്നോണം അവ ഓരിയിടൽ നിർത്തി. ഇരുട്ടിന്റെ മാത്രം മക്കളായി അതിൽ ലയിച്ചതു പോലെയായി. തിളക്കുന്ന കണ്ണുകൾ മാത്രം കുഞ്ഞാമന്റെ നേരെ തിരിച്ചുവച്ച് നിശബ്ദതയിൽ ആഴ്ന്നു നിന്നു. ഇനി കുഞ്ഞാമൻ മാത്രം പറയും. കൺതിളക്കത്തോടെ എവിടെയോ മറഞ്ഞിരിക്കുന്ന ഇരുട്ടിലെ ചെവികൾ അതു പിടിച്ചെടുക്കും. എല്ലാ രാത്രികളിലും അവരിങ്ങനെ കുഞ്ഞാമന്റെ ഉറക്കമില്ലാത്ത രാത്രികളിൽ കാവലാളാകും. കുഞ്ഞാമന്റെ തെറിയും സങ്കടങ്ങളും സന്തോഷങ്ങളും

അവരുടെ മുന്നിലേക്ക് ഇട്ടു കൊടുക്കും. അവരത് നിശബ്ദമായി ഏറ്റെടുക്കും.

"ങ്ള് എനക്കെന്തിന്തിനാ കാവല് കെടക്കുന്നത്...പോ... പോയി അങ്ങേക്കുന്നിലെ ബീമാനത്താവളത്തില് ചെല്ല്.. അവരെ കൂക്കിത്തോപ്പിക്ക്..."

ഇരുട്ടിലെ തിളക്കം കുറഞ്ഞില്ല. എല്ലാ രാത്രികളിലും കുഞ്ഞാമൻ തങ്ങളെ ഏല്പിക്കുന്ന പണിയാണിത്.. ശാരീരിക യുദ്ധം അസാധ്യമായ ഇടങ്ങളിൽ പ്രയോഗിക്കാനുള്ളതാണ് കൂക്കിത്തോല്പിക്കൽ.. കുഞ്ഞാമനത് കൃത്യമായി അറിയാം. പക്ഷേ പലതരം കൂവലുകളേയും മനുഷ്യൻ ഒരൊറ്റ കൂവലായി പരിഗണിച്ച് അടുത്ത നിമിഷം അവഗണിക്കാറാണ് പതിവ്.. കൂവലുകളിൽ സ്നേഹവും പ്രണയവും കാമവും കോപവും പ്രതിഷേധവും സങ്കടവുമൊക്കെ വ്യത്യസ്ഥമായി തങ്ങൾ അവതരിപ്പിക്കാറുണ്ടെന്ന് മനുഷ്യൻ മനസ്സിലാക്കുന്നില്ലല്ലോ എന്ന് അവറ്റകൾ ചിന്തിച്ചു കൊണ്ടിരിക്കുമ്പോൾ അവയുടെ വിധേയത്വമാണ് മൗനമെന്ന് തോന്നിയ കുഞ്ഞാമൻ ഉറക്കെ ചിരിച്ചു..

"നിങ്ങളെബ്ടെപ്പോകാനാ.. പ്രതികരണശേഷീന്ന് പറയുന്നത് പാതിരാത്രീല് ഇബ്ടെ കാണിക്കാനുള്ളതല്ല. നിങ്ങള്ടെ സാമ്രാജ്യം തകർത്ത് വല്യ യന്ത്രപ്പക്ഷ്യോൾക്ക് കടം കൊടുത്തില്ലേ...ദാ.. അബ്ടെ ... അബ്ടെപ്പോയി നെലോളിക്ക്..."

ഇരുളിലേക്ക് തന്റെ ഈർക്കിൾ കൈകൾ ചൂണ്ടി കുഞ്ഞാമൻ. വരാന്തയിൽ നിന്നും നോക്കിയാൽ അങ്ങേക്കുന്നിൽ പരന്നുകിടക്കുന്ന വിമാനത്താവളം കാണാം. വെളിച്ചത്തിൽ കുളിച്ച് രാത്രിയിലങ്ങനെ മലർന്നു കെടക്ക്വല്ലേ... ഇടതടവില്ലാതെ  യന്ത്രപ്പറവളെ ആകാശത്തേക്ക് പറത്തിയും വരുന്നവയെ സ്വീകരിച്ചും നാട് നിയന്ത്രിക്കുകയല്ലേ.. ഇരുട്ടിൽ തിളങ്ങുന്ന കണ്ണുകളും കുഞ്ഞാമൻ ചൂണ്ടിയ ദിക്കിലേക്ക് തിരിച്ച് അവ കുഞ്ഞാമന്റെ വാക്കുകളിലെ ശരികൾ തിരയുകയാണ്. ഒരു കാലത്ത് ആ കുന്ന് തങ്ങൾക്കും പന്നികൾക്കും പാമ്പിനും പഴുതാരകൾക്കും ഒക്കെയായി അവകാശം ലഭിച്ചതായിരുന്നു. ഭൂമിയുടെ ഉടമസ്ഥരാരും എത്തിനോക്കാത്ത ഒരിടമായിരുന്നു.. ഭൂമിയുടെ അവകാശികൾക്കും ഭൂമിയുണ്ട് എന്ന് ചിന്തിച്ചു പോയ കുറേ കാലങ്ങളെ പെട്ടെന്നാണ് അട്ടിമറിച്ചത്... എല്ലാജീവികളും ആട്ടിയോടിക്കപ്പെട്ടു... തങ്ങൾ പതുങ്ങിയ കുറ്റിക്കാടുകൾ അപ്രത്യക്ഷമായപ്പോൾ മനുഷ്യരുടെ പറമ്പുകളിലെ ഒളിവിടത്തിലേക്ക് പലായനം ചെയ്തു... എല്ലാ നിരാശകളേയും സങ്കടങ്ങളേയും കൂവിത്തോല്പിക്കാൻ രാത്രി കൂട്ടിനു വരുന്നത് എത്ര ആശ്വാസം...

കുഞ്ഞാമൻ കമ്പളിക്കുള്ളിൽ ചുരുണ്ടുകൊണ്ട് അവറ്റകളോട് പതുക്കെ പറഞ്ഞു. :

"കോലായിലൊരു മുറിയുണ്ടാക്കീത് എനക്കു വേണ്ടിയാ... ഉറക്കമില്ലാണ്ടാവുമ്പോള് ഒറ്റയ്ക്കിങ്ങനെ പൊറത്തിറങ്ങി എന്റെ ഓർമ്മളെ കെട്ടിപ്പിടിച്ചിരിക്കാലോ..."

പിന്നെ പൊകയിലക്കറ പറ്റിയ പല്ലുകൾ ഇരുട്ടിലേക്ക് ഇളിച്ചു കാട്ടിയിട്ട് കുലുങ്ങിക്കുലുങ്ങിച്ചിരിച്ചു...

"അകത്തൂന്ന് സുധാകരന്റേയും ഭാര്യേന്റെയും കട്ടില് എപ്പളും വല്യ ശബ്ദത്തിലല്ലേ ഞെരങ്ങ്വാ .. ആ പെണ്ണിന്റെ ചിരിയും നെലവിളിയും നേരം വെളുക്കുവോളം കേൾക്കാം.. ഒരു നാണോല്ലാത്ത വക... ഇങ്ങനെയൊരു വയസ്സൻ അടുത്ത മുറീല് ഒറക്കമില്ലാണ്ട് കെടക്ക്വാന്ന് ഓർക്കണ്ടേ... അതോണ്ടാ... ഞാനീ കോലായിലെ മുറീലോട്ട് മാറീത്..."

ഇരുട്ടിലെ അനക്കങ്ങൾ ഉറഞ്ഞു പോയതുപോലെ... മകന്റെയും കെട്ട്യോളുടെയും കാമം പൂക്കുന്ന രാത്രികളെ എണ്ണിപ്പറഞ്ഞു ചിരിക്കുന്ന കുഞ്ഞാമന്റെ പൂർവ്വ കാലങ്ങൾ ഓരിക്കുറുക്കന്മാർക്ക് നല്ല ഓർമ്മയുണ്ട്...

"ഞാനുമെന്റെ ചിരുതേയിയും കെടന്ന കട്ടിലിലാ അവരും കെടക്കുന്നേ... അവള് പോയേപ്പിന്നെ ഞാനെന്തിനാ അയിന്റെ മേലേ കെടന്ന് പണ്ടത്തെ ഓർമ്മകള് കുഴിച്ചെടുക്കുന്നത്...? ഒറ്റയാന് ഇമ്മാതിരി കാര്യങ്ങളെല്ലാം ഒറക്കെപ്പറയാനും പറ്റില്ലല്ലോ."

നെടുവീർപ്പുകൾ മണ്ണിലേക്കും മഞ്ഞിലേക്കും അലിയിച്ചുകൊണ്ട് ഇരിക്കുമ്പോഴും യന്ത്രപ്പറവകൾ ചിറകടിച്ച് ആകാശത്തേക്ക് പറന്നുയർന്നു. എന്തൊരു ഇരമ്പമാണത്. കാതടപ്പിക്കുന്നു. പ്രദേശം മുഴുവനും ഒച്ചയ്ക്ക് അടിമപ്പെടുന്നു. ഇരുട്ടിലേക്ക് ആഞ്ഞു തുപ്പിയിട്ട് കുഞ്ഞാമൻ ഓരിക്കൂട്ടത്തോട് ചോദിച്ചു;

"ഓരിയിട്ട് കഴിഞ്ഞെങ്കില് പോ... പോയി വാലും ചുരുട്ടീറ്റ് മടയിലൊളിക്ക് ....ഞാനീടെ... വെറുതെ ഇരിക്കാമ്പോക്വാ..."

ഇരുട്ടിൽ ഇലയനക്കമുണർന്നു. അവറ്റകളുടെ കിതപ്പുകളുടെ താളം കുഞ്ഞാമന് കേൾക്കാം... ജാഗരൂകമായ അവറ്റകളുടെ കണ്ണുകൾ തിളങ്ങി. എന്തിനാണിങ്ങനെയൊരു ശ്രദ്ധയെന്ന് കുഞ്ഞാമൻ കണ്ണും ഇറുക്കി ചുറ്റും ശ്രദ്ധിച്ചു. യക്ഷിയോ കിന്നരന്മാരോ സഞ്ചരിക്കുമ്പോഴാണ് ഇവരുടെ ശ്രദ്ധ ഇത്രയും കൂർപ്പിക്കുന്നത്. ഇന്നാട്ടിലെ ജീവനുള്ള യക്ഷിമാരെയും കിന്നരന്മാരേയും കുഞ്ഞാമൻ പല തവണ കണ്ടിട്ടുണ്ട്. ഓർമ്മകൾ ഒരു ഇരമ്പലു പോലെയാണ് വന്നത്. ശ്ശ്.. പതുക്കെ

എന്ന് പറയണമെന്നുണ്ടായിരുന്നു. പക്ഷേ..

"സുധാരാ....!"

പതറുന്ന ഒരൊച്ച കോണിപ്പടിക്കപ്പുറം കേട്ടു. ഇതാരാപ്പാ പാതിര കഴിഞ്ഞ നേരത്ത്...ചിരുതേയ് ഇരുട്ടില് വന്ന് കണ്ണീരൊലിപ്പിച്ച് നില്കുന്നതും "സുധാരാ"ന്ന് വിളിക്കുന്നതും പലപ്പോഴും തോന്നിയിട്ടുണ്ട്..ചിരുതേയിക്ക് ഒറ്റ മോനോട് വല്യ അടുപ്പമായിരുന്നു. "കൃഷ്ണമണിനേക്കാട്ടിലും എനക്കെന്റെ മോനാ ബെല്ത്" എന്നവള് പറഞ്ഞോണ്ടിരുന്നു... തന്നെ അലമ്പാക്കാൻ അവളത് ഇടയ്ക്കിടെ പറയും...പക്ഷേ അവള്ടെ കിളിയൊച്ചയല്ലല്ലോയിത്.. ധൃതിയിൽ വീണ്ടും വീണ്ടും വിളിക്കുന്നു. ഓർത്തു കൊണ്ടിരിക്കെ കേട്ടത് ഒരു നെലവിളിയാണ്.

"ഉയ്യന്റപ്പാ... കുറുക്കന്മാര് ടെ പടയോ... എടാ സുധാകരാ..."

ആ നിലവിളിയുടെ ആയത്തിൽ അകത്ത് സുധാകരൻ ഞെട്ടിയെണീറ്റ് വാതില് തുറന്നു. കോലായിൽ കമ്പിളിക്കുള്ളിൽ തന്റെ അച്ഛനിരിക്കുന്നത് ടോർച്ച് വെളിച്ചത്തിൽ കണ്ട് അവനമ്പരന്നു.

"എന്തായിത്.. മനുഷ്യരങ്ങ് പേടിച്ചല്ലോ.. നിങ്ങളെന്തിനാ നെലവിളിച്ചേ...?"

കമ്പിളിക്കുള്ളിൽ കുഞ്ഞാമൻ പിറുപിറുത്തു.

"ഞാനെന്ത് കാട്ടാനാ... കോണിന്റട്ത്ത് ആരാണ്ട് ബന്നിറ്റ് ണ്ട്.."

സുധാകരൻ ടോർച്ച് മിന്നിച്ച് മുറ്റത്തേക്കിറങ്ങിയതും സ്തംഭിച്ചു പോയി. മുറ്റത്തിനപ്പുറത്തെ ഇരുട്ടിൽ ഒരു പറ്റം കുറുക്കന്മാര്... കോണിക്കരികിലെ പ്ലാവിൽ നിന്നും വിറച്ചു വിതുമ്പിയ സന്തോഷിന്റെ ശബ്ദം കേട്ടു.

"സുധാകരാ... ഞാനീ പ്ലാവിന്റെ മോളിലാ... കോണി കേരീറ്റ് വന്നപ്പളാണ് കുറുക്കന്മാര്ടെ നടുക്ക് പെട്ടത്... പിന്നൊന്നും ഓർമ്മീല്ല... ദാ...മരം കേറ്റമറിയാത്ത ഞാനിപ്പോ മരത്തിമ്മലായി...!"

സുധാകരൻ തന്റെ ഭയം മാറ്റിവച്ചുകൊണ്ട് സന്തോഷിനോട് ദേഷ്യപ്പെട്ടു.

"നിനിക്ക് ഫോണിലെന്നെ വിളിച്ചൂടായിരുന്നില്ലേ...?"

"ആയിന് കെടക്കുമ്പോ ഫോണില് ചാർജ്ജ് ചെയ്യാൻ മറന്നെടാ..."

സുധാകരന് പെട്ടെന്ന് സന്തോഷിന്റെ ഇരിപ്പു കണ്ട് ചിരി വന്നു. പക്ഷേ ഭയം തണുപ്പു പോലെ അവനെ കീഴടക്കുന്നതറിയുന്നുണ്ട്. കുറുക്കന്മാർ തനിക്കുചുറ്റുമുണ്ടെന്ന് കണ്ണുകളിലെ വെളിച്ചത്തിൽ നിന്നും വ്യക്തമാണ്. ഒരടി പോലും മുന്നോട്ടുവയ്ക്കാൻ സാധിക്കാതെ സുധാകരൻ നിന്നു...

"പണ്ടാരങ്ങൾ ... ഇവറ്റകളെ ഓടിക്കാനെന്താ വഴി?"

അവൻ കോലായിലേക്ക് ചൂഴ്ന്നു നോക്കി. അച്ഛൻ കമ്പിളിക്കെട്ടു പോലെ ഇരിപ്പുണ്ട്... അച്ഛന് വല്ല മന്ത്രവാദമോ മറ്റോ വശമുണ്ടോ ആവോ..പേടിയില്ലാതെ ഇരുട്ടത്തിരിക്കയല്ലേ... മുന്നിൽ നിറയെ കുറുക്കന്മാരുണ്ടായിട്ടും ഒരു ഭാവമാറ്റവുമില്ലാതെ... ഇതെന്തൊരു ജന്മം..!

"അച്ഛാ... ഇവറ്റകളെ എന്താ ചെയ്യാ.. സന്തോഷ് മരത്തിന്മേല് ഇരിക്വാ പേടിച്ചിട്ട്..."

കുഞ്ഞാമൻ കുലുങ്ങിച്ചിരിച്ചു... ചെറുപ്പക്കാരാണ്... പക്ഷേ പേടിത്തൂറികൾ... ഇത്തിരി കുറുക്കന്മാരുടെ നില്പില് കുലുങ്ങിപ്പോകുന്നു... അവറ്റകൾ ഇരുട്ടിന്റെ സന്തതികളല്ലേ... അവ സ്വൈര്യവിഹാരത്തിന് ഇറങ്ങിയതിന് തടസ്സം നിന്നതാരാണ്...അതു കൂടി മനസ്സിലാവില്ല...

"ന്തിനാടാ പേടി..? അവറ്റകൾ മോന്തീന്റെ കാവല്ക്കാരല്ലേ..ദാ.. ആ വിമാനത്താവളത്തിലുണ്ടായിരുന്നവരാ... ഇരിക്കണ സ്ഥലം പോയ്പ്പോയാല് ഈടെയൊക്കെ അങ്ങ് കയിഞ്ഞുകൂടുന്നോരാ..."

സുധാകരന് ഒരടി പിറകോട്ട് വയ്ക്കാൻ ധൈര്യം വന്നില്ല. കുറുക്കന്മാർ തന്റെ മേലേക്കു ചാടിക്കേറ്യാലോ.. അച്ഛന്റെ പ്രാന്ത് കേൾക്കേണ്ട സമയവുമല്ല.. സന്തോഷിന്റെ നെഞ്ചിടിപ്പ് താഴെ നില്ക്കുന്ന തനിക്കു പോലും കേൾക്കാം.. എന്തെങ്കിലും ചെയ്യണമെന്നുണ്ട്. പക്ഷേ ചുറ്റും എത്ര കുറുക്കന്മാരുണ്ടെന്ന് വ്യക്തമല്ല.. മകന്റെ നില്പ് കണ്ട് കുഞ്ഞാമന് ചിരിവന്നു.

"ശരി ശരി.. ഒക്കെ ഇബ്ടുന്നു പോയാട്ടെ.. ഇന്നത്തെ കാവല് മത്യാക്കിക്കോളൂ.. നിങ്ങക്കൊക്കെ ഇനിം പണിയുണ്ട്. ഒക്കെ നാളെയാവട്ടെ..."

ആജ്ഞ കേൾക്കാൻ കാത്തിരുന്നതു പോലെ അവറ്റകൾ പറമ്പിലൂടെ തലങ്ങും വിലങ്ങുമായി ഓടി മറഞ്ഞു. അപ്പോഴും കുഞ്ഞാമൻ ചിരിച്ചു..പിന്നെ പതുക്കെ തന്റെ മുറിയിൽ കയറി വാതിലടച്ചു. സുധാകരൻ ,സന്തോഷിന്റെ അരികിലേക്ക് ഓടിച്ചെന്നു. അവൻ സുധാകരനെ പാതിരാത്രിയിൽ തേടിയെത്തിയത് ഓട്ടോറിക്ഷയ്ക്കു വേണ്ടിയാണ്. അവന്റ അച്ഛൻ കുമാരന് രാത്രീല് വലിവ് കൂടിയിരിക്കയാണ്. ആശുപത്രിയിലേക്ക് പോകാൻ സുധാകരന്റെ സഹായം വേണം. ഓടി വന്നപ്പോളേയ്ക്കും കുറുക്കന്മാരുടെ വലയത്തിൽ പെട്ടു. സുധാകരൻ, ഓട്ടോറിക്ഷ സ്റ്റാർട്ടാക്കുമ്പോഴൊക്കെ ചിന്തിച്ചത്, തന്റെ അച്ഛന്റെ കല്പന കേട്ടപ്പോൾ ഓടി മറഞ്ഞ കുറുക്കന്മാരെക്കുറിച്ചാണ്. അച്ഛനും അവരും തമ്മിൽ എന്തോ ഒരു ബന്ധം സൂക്ഷിക്കുന്നു പോലെ.. പിൻസീറ്റിൽ സന്തോഷിന്റെ മടിയിൽ ശ്വാസം കിട്ടാതെ പിടയുന്ന കുമാരേട്ടനോട് സുധാകരൻ ചോദിച്ചു...

"കുമാരേട്ടാ... എന്റെ അച്ഛന് എന്തെങ്കിലും അത്ഭുത സിദ്ധിയുണ്ടോ?"

കുമാരേട്ടൻ വലിവുതാളത്തിൽ എന്തോ പറയാൻ ശ്രമിച്ചു. സുധാകരനോ സന്തോഷിനോ ഒന്നും മനസ്സിലായില്ല. ശീതക്കാറ്റിന്റെ വല്ലാത്തൊരു ശീൽക്കാരം വണ്ടിക്കൊപ്പം സഞ്ചരിച്ചു... ഭയത്തെ പെരുപ്പിക്കുന്ന അതിന്റെ താളവേഗം ശ്രദ്ധിച്ചിരിക്കുമ്പോൾ കുറുക്കന്മാരുടെ ഓരിയിടൽ ദൂരെ കേൾക്കുന്നതായി തോന്നി. ഘോരവനത്തിലെ ഒരു പാതിരായാത്ര പോലെയാണ് കുറുക്കന്മാരുടെ നടുക്ക് അനുഭവപ്പെട്ടത്. അതു തന്നെയാണ് സുധാകരന്റെയും സന്തോഷിന്റെയും മനസ്സിലൂടെ ഒരെ സമയം സംപ്രേഷണം ചെയ്യപ്പെട്ടത്...

പിറ്റേന്ന് വൈകുന്നേരം ഓട്ടം നിർത്തി വന്നിട്ട് സുധാകരന് കുഞ്ഞാമനോട് പറയാൻ ഒരടിയന്തിര കാര്യമുണ്ടായിരുന്നു. കുറേനാളായി കുഞ്ഞാമനെയും സുധാകരനെയും പോലെ നാട്ടുകാരെയും ബാധിക്കുന്ന ഒരു കാര്യം അസ്വസ്തപ്പെടുത്തിയിരുന്നു.. പല പല കാരണങ്ങൾ കൊണ്ട് നീണ്ടു പോയ ഒന്നായിരുന്നു അത്. സുധാകരൻ കുഞ്ഞാമന്റെ അടുത്ത് ചെന്നിരുന്നു. കാലിന്റെ വിങ്ങലുകളെ കുഴമ്പു തേച്ച് ഉഴിഞ്ഞു കളയുന്ന കുഞ്ഞാമൻ മകനെ ചരിഞ്ഞു നോക്കി...

"വിമാനത്താവളത്തിന്റെ ബാക്കി സ്ഥലമെടുപ്പ് വേഗം ഉണ്ടാവൂന്നാ കേട്ടത്.. വെലയും നിശ്ചയിച്ചു."

സംസാരം ശ്രദ്ധിച്ചു കൊണ്ട് സുധാകരന്റെ പെണ്ണ് കതകിൽ നെഞ്ചു ചേർത്തു വച്ച് എവിടെക്കോ നോക്കി നിൽക്കാണ്. അവൾക്കിപ്പോൾ ഏത് നേരവും ആലോചനയാണല്ലോ എന്നാണ് ഒരു നിമിഷം കുഞ്ഞാമൻ ഓർത്തത്...

"എത്രയാടാ വെലയിട്ടത്..?"

തന്റെ ഭൂമിക്ക് എത്ര കിട്ടുമോ എന്നറിയാനല്ല, തന്റെ ജീവിതത്തിന് എത്ര വിലയിട്ടതെന്നറിയാനായിരുന്നു അയാൾക്ക് താല്പര്യം.. ആരൊക്കെയോ എവിടെയോ വച്ച് തീരുമാനിക്കുന്നതിനുസരിച്ച് താൻ ജീവിക്കുമെന്നായിരിക്കും അക്കൂട്ടർ ചിന്തിക്കുന്നത്. അതിനീ കുഞ്ഞാമനെ കിട്ടൂലാന്ന് ആദ്യം തന്നെ പറയണമെന്നുണ്ടായിരുന്നു.

"നമ്മുടെ സ്ഥലത്തിന് അമ്പത് ലക്ഷത്തിലധികം കിട്ടൂന്നാ തോന്നുന്നത്..."

കുഞ്ഞാമൻ വല്ലാതെ നടുങ്ങി. അമ്പതിലധികം ലക്ഷോ ? തന്റെ അപ്പനപ്പൂപ്പന്മാര് വെയർപ്പൊഴുക്കി ഉണ്ടാക്കി കൈമാറിയ സ്വത്തിനാണ് വെലയിട്ടത്. തനിക്കോ തന്റെ മകനോ മാത്രം അവകാശപ്പെട്ട ഭൂമിയുമല്ലത്..ഇനിവരുന്ന സന്തതി പരമ്പരകൾക്കുള്ളതാണ്.. വെട്ടി മുറിക്കാതെ

വീതം വയ്ക്കാതെ പാരമ്പര്യ സ്വത്തായി കൈമാറേണ്ടതാണ്. അതാണിപ്പോൾ എങ്ങാണ്ടു നിന്നും വന്നവർ വിലയിട്ട് തട്ടിയെടുക്കുന്നത്. സുധാകരന്റെ പെണ്ണ് ചിന്ത വെടിഞ്ഞ് അന്തം വിട്ടു നില്ക്കുകയാണ്. പണത്തിന്റെ വലുപ്പം അവളെയും നടുക്കിക്കളഞ്ഞിരിക്കുന്നു. വെറുതെ തമാശയ്ക്ക് ലക്ഷങ്ങളെന്നൊക്കെ പറയാമെന്നല്ലാതെ ഇതേവരെ ലക്ഷങ്ങളൊന്നും ഈ പെണ്ണ് കണ്ടിട്ടുപോലുമില്ല. കള്ളുകുടിയൻ ദാമുവിന്റെ മോൾ സുധാകരനെ സ്വന്തമാക്കിയത് ദാരിദ്ര്യം സഹിക്കാനാവാഞ്ഞിട്ടാണെന്ന് നാട്ടുകാർക്കും കുഞ്ഞാമനും വ്യക്തമായും അറിയാം. അതുകൊണ്ടു തന്നെയാവണം ലക്ഷങ്ങളുടെ കണക്ക് കേട്ട് പെണ്ണ് അന്തം വിട്ട് ഭർത്താവിനേയും കുഞ്ഞാമനെയും മാറി മാറി നോക്കിയതും.

"അതിന് ഞാനിത് ആരിക്കും വിട്ടു കൊടുക്കൂല സുധാരാ..."

കുഞ്ഞാമൻ മുഖം തിരിച്ചു. സുധാകരൻ അച്ഛനെയും ഭാര്യയേയും മിഴിച്ചു നോക്കി. അച്ഛൻ സ്വബോധത്തോടെയാണോ സംസാരിക്കുന്നതെന്ന് അവന് സംശയമായി.

"ഈ നാട് വിട്ടു പോകാൻ കുഞ്ഞാമൻ റെഡ്യല്ലാന്ന് നീയവരോട് പറഞ്ഞിട്ടില്ലേ സുധാരാ.. ലക്ഷങ്ങളാണെന്ന് കേട്ടപ്പോള് നീ സമ്മതം മൂളിയോ... അയിന് നീയിടെയെന്തേലും സമ്പാദിച്ച് വച്ചിട്ടുണ്ടെടാ... "

സുധാകരൻ മിണ്ടാനാവാതെ നിന്നു. എല്ലാം അച്ഛന്റേതു തന്നെ. എന്നാലും ഈ കുന്നിലിരുന്നു മടുത്തില്ലേ അച്ഛന് .. ഓരോ നേരം ഓരോ വർത്തമാനം മാറ്റി മാറ്റിപ്പറഞ്ഞാല് കാര്യങ്ങളൊക്കെ കൊഴഞ്ഞു കിടക്കും. എപ്പോളും വിമാനത്താവളത്തോട്ടു നോക്കി കാർക്കിച്ച് തുപ്പിയിട്ട് എന്തു കിട്ടാനാ... മുറ്റത്തു കിടക്കുന്ന പഴയ ഓട്ടോറിക്ഷയിലേക്ക് നോക്കി അവൻ നെടുവീർപ്പിട്ടു. ഈ വണ്ടി വിറ്റ് പുതിയതൊന്നു വാങ്ങണമെന്ന് വിചാരിച്ചതും ഒരു കൊച്ചുവീട് പണിയണമെന്ന് സ്വപ്നം കണ്ടതുമെല്ലാം വെറും വിചാരങ്ങളായിത്തന്നെ ഒടുങ്ങുമോ ആവോ.. വാതില്ക്കൽ നിന്ന ഭാര്യ മുഖം തിരിച്ച് അകത്തേക്ക് പോയ്ക്കളഞ്ഞു. ഈ തന്തയ്ക്ക് വാശി ജാസ്തിയാണെന്ന് അവൾ ഭർത്താവിനെ നോട്ടം കൊണ്ടറിയിക്കാനും മറന്നില്ല... അഭിപ്രായം പറയാനൊന്നും അവൾക്ക് താല്പര്യമില്ലെന്നറിയാം. ഏത് നേരോം മൊബൈലില് കുത്തിക്കൊളക്കലല്ലാണ്ട് വേറെന്താ പണി... അതില് നോക്കി ചിരിക്ക്യേം കരയേം ചെയ്യലല്ലേ ഏത് നേരത്തും. ഒന്നൂല്ലേലും തന്റെ കൂടെ നിന്ന് ഒരഭിപ്രായം പറഞ്ഞൂടായിരുന്നോ അവൾക്ക്... സുധാകരൻ കോലായിൽ ഇരിപ്പു തുടർന്നു.

കുഞ്ഞാമന്റെ ഓർമ്മകൾ സുധാകരന്റെ കുട്ടിക്കാലത്തെക്കുറിച്ചായി

രുന്നു. ആരെന്തു പറഞ്ഞാലും വലിയ തോതിലുള്ള എതിർപ്പുമായി വരില്ല അവൻ. അമ്മയോടു മാത്രം വഴക്കിടും. എന്നിട്ടൊരു എറങ്ങിപ്പോക്കാണ്. അപ്പോൾ താൻ "സുധാരാ..." എന്ന് നീട്ടി വിളിച്ചാൽ അവൻ അവിടെത്തന്നെ നില്ക്കും. പിന്നെ പതുക്കെ വന്ന് കോലായിലിരിക്കും. തലകുമ്പിട്ട് എത്ര നേരം വേണമെങ്കിലും ഇരിക്കും. ഇപ്പോഴും അതേ ഭാവത്തിൽ തന്നെ. നിരാശ പതയുന്ന മുഖം കണ്ടപ്പോൾ കുഞ്ഞാമന് ചെറിയ വിഷാദം തോന്നി. ആശകൊടുത്തതും നിരാശ കൊടുക്കുന്നതും താൻ തന്നെയാണെന്ന് അയാൾക്കറിയാം.

"സുധാരാ..."

അവൻ ഞെട്ടിത്തിരിഞ്ഞ് അച്ഛനെ നോക്കി.. വിളിയിൽ നിറയുന്ന ഭാവത്തെ തിരയുന്ന കുട്ടിയായി അവൻ മാറി.

"ഇത്രോരം പണം നമ്മളെന്ത് ചെയ്യാനാ..എന്റേയും നിന്റേയും പേരിൽ ബാങ്കിലിടാം അല്ലേ...?"

അവന്റെ മുഖം തെളിഞ്ഞു... അച്ഛന്റെ മനസ്സ് മാറുകയാണോ? പണ്ടേ ഇങ്ങനെയാണ്. തന്റെ മൗനം അച്ഛനെ വീണ്ടുവിചാരത്തിലെത്തിക്കും. അതാണ് പതിവ്. എതിർത്തു തോല്പിക്കാൻ ശ്രമിക്കുമ്പോൾ അച്ഛന്റെ വാശി വളർന്ന് വലിയൊരു വൃക്ഷമാവും... നിശബ്ദത നല്ലൊരു സമരായുധമാകുന്നത് സുധാകരന് അനുഭവത്തിലുള്ളതാണ്.

"പക്ഷേ ഒരു നിർബന്ധം, നിന്റെ ഭാര്യയുടെ പേരിൽ പണമൊന്നും ഇടരുത്..."

സുധാകരൻ അമ്പരന്ന് അച്ഛന്റെ മുഖത്തേക്ക് നോക്കി. അയാൾക്ക് വീണ്ടും അച്ഛനെ മനസ്സിലായില്ല.. ലക്കില്ലാത്ത വർത്തമാനമാണെന്ന് ആദ്യം സംശയിച്ചതാണ്. പക്ഷേ ഇതിലേക്ക് തന്റെ പെണ്ണിനെ വലിച്ചിഴച്ചതെന്തിനെന്ന് അവന് മനസ്സിലായില്ല. കുഞ്ഞാമനപ്പോൾ സന്ധ്യാനേരങ്ങളിൽ വടക്കോറത്തു നിന്നും കേൾക്കാറുള്ള പതിഞ്ഞ ശബ്ദത്തെക്കുറിച്ച് ആലോചിക്കുകയായിരുന്നു. എന്നും സുധാകരൻ വരുമ്പോൾ ഒമ്പതു മണിയെങ്കിലുമാകും... അതുവരെയും പെണ്ണ് അടുക്കളയിൽ പാത്രം തട്ടിയും മുട്ടിയും നേരം കൂട്ടും. അച്ഛൻ സന്ധ്യ കഴിയുമ്പോൾ കമ്പിളിക്കെട്ടിലൊതുങ്ങുമെന്നവൾക്കറിയാം... അടക്കിപ്പിടിച്ച ശബ്ദം പലപ്പോഴും കുഞ്ഞാമനെ അസ്വസ്തമാക്കി... അവളുടെ ഇക്കിളികൊള്ളുന്ന ശബ്ദം കേട്ടില്ലെന്ന് നടിച്ചു... "എന്താടീ അബ്ടെ ഒരൊച്ച ?" എന്ന ചോദ്യത്തിന്, "അത് മൊബൈലീന്നാ..." എന്ന മറുപടിയും കിട്ടും... ചോറു വിളമ്പാനെത്തുമ്പോൾ പലപ്പോഴും അവളെ ചുഴിഞ്ഞു നോക്കി. ആകെ അലങ്കോലപ്പെട്ട പെണ്ണിന്റെ ശരീരത്തെ അവജ്ഞയോടെ നോക്കും. അച്ഛ

ന്റെ ചീത്ത നോട്ടം കണ്ട് പതറി പെണ്ണ് നില്ക്കും. നാലഞ്ച് തവണ പെണ്ണിന്റെ മുമ്പിലുവച്ച് തന്നെയാ പറഞ്ഞത്;

"സുധാരാ... പണിം മത്യാക്കി സന്ധ്യയാകുമ്പോളോയ്ക്കും പൊരേലെത്തണം...നീയെന്തിനാ നട്ടപ്പാതിരയോളം ഓട്ടം പോകുന്നത്. ആരെപ്പോറ്റാനാടാ..."

അക്കാര്യം അവൻ കേട്ടതായി തോന്നിയില്ല എല്ലാം പഴയതു പോലെ ആവർത്തിക്കപ്പെടുമ്പോഴും പറഞ്ഞു...

"ഇപ്പെണ്ണ് വയസ്സനോടെന്തു മിണ്ടാനാ... അതിന് മടുത്തു പോകില്ലേ... നീ നേരത്തേ എത്തിക്കോ അതാ നല്ലത്..."

എന്നാൽ നാട്ടുകാരുടെ ഓട്ടം കൂടുകയല്ലാതെ കുറഞ്ഞില്ല. ഏത് പാതിരാത്രിക്കും സുധാകരൻ ഓട്ടത്തിന് തയ്യാറാണെന്ന് അവർക്കറിയാം. ഒരു സന്ധ്യയ്ക്ക് വടക്കോറത്തെ കോലായിൽ നിന്നും ശബ്ദം കേട്ട് പതുങ്ങിച്ചെന്നപ്പോൾ സുധാകരന്റെ പെണ്ണും ഏതോ ചെക്കനും കെട്ടിപ്പിണയുന്നതാണ് കണ്ടത്. എന്തൊരു കാഴ്ചയാണത്..! എന്തൊരാവേശമായിരുന്നു.. ചുറ്റുപാടും മറന്ന് നേരിയ ഇരുട്ടിന്റെ മറപറ്റി ഇണചേരാൻ ധൈര്യമോ.. തന്റെ മകന്റെ പെണ്ണാണ് അവളെന്നൊർത്തപ്പോൾ വായ്ക്കകത്ത് കയ്പുരസം കിനിഞ്ഞു. തന്റെ അസമയത്തെ ചുമ കാരണം അവൻ കുതറിയോടുന്നതും കണ്ടു. അലങ്കോലമായ തുണിയോടെ അകത്തേക്ക് പാഞ്ഞു വന്ന പെണ്ണ് മുരൾച്ചയോടെ ചോദിച്ചു;

"അച്ഛനെന്താ വേണ്ടേ... ചൂടുവെള്ളം ഞാനാ ഫ്ളാസ്കില് നെറച്ച് വച്ചിട്ടുണ്ടല്ലോ.."

"ഉം..."

നെന്റെ മൊബൈല് കളി മതിയാക്കിക്കോ എന്ന് പറയണമെന്നുണ്ടായിരുന്നു. പക്ഷേ ഒരു ചുറ്റിപ്പിണയലും ശീൽക്കാരവും മനസ്സിൽ തികട്ടി നിന്നു. ഒന്നുംമിണ്ടാതെ നിന്നപ്പോൾ ഓട്ടം പോയ സുധാകരനെ ഓർത്തു പോയി. പൊട്ടൻ തന്ന്യാ തന്റെ ചെക്കൻ... ഇത്ര മികച്ച രീതിയിലല്ലേ ഇപ്പെണ്ണ് അവനെ പറ്റിക്കുന്നത്... തന്റെ അർത്ഥം വച്ച മൂളലൊന്നും അപ്പെണ്ണിന്റെ മനസ്സില് കേറീട്ടില്ല. വയസ്സനൊന്നും കണ്ടിട്ടില്ലാന്നായിരിക്കും ഒരുമ്പെട്ടോള്ടെ വിചാരം...സുധാകരന്റെ മുമ്പില് ആവശ്യത്തിൽ കൂടുതൽ ചിരിച്ചു മയങ്ങുന്ന പെണ്ണിനെ അവനെന്തിന് സംശയിക്കണം. തന്റെ ചെക്കനെ പറ്റിച്ച് ഇപ്പെണ്ണ് പോകുമെന്നുറപ്പ്. തനിക്കവനോട് ഇക്കാര്യങ്ങളെങ്ങനെ പറയാൻ കഴിയും...? അച്ഛന് മകനോട് ഇമ്മാതിരി കാര്യങ്ങൾ പറയാമ്പറ്റോ... ഇനി പറഞ്ഞാൽ തന്നെ വയസ്സന്റെ തെറ്റിദ്ധാരണയായി മാറും... പലവട്ടം കണ്ടും കേട്ടും കുഞ്ഞാമന്റെ മനസ്സ് ക

ല്ലായി. തനിക്കവളെ സംശയമുണ്ടെന്ന് മനസ്സിലായിട്ടും പെണ്ണ് അതൊന്നും പ്രകടിപ്പിച്ചുമില്ല.. കോലായിൽ തല കുനിച്ചിരിക്കുന്ന സുധാകരന്റെ മുഖത്തേക്ക് നോക്കി കുഞ്ഞാമൻ പറഞ്ഞു;

"എന്റെ കണ്ണും കാതും കേടുപറ്റീട്ടില്ല. എല്ലാം കേൾക്ക്യേം കാണുകേം ചെയ്യാം... അതുകൊണ്ടു പറയാ...നെന്റെ പെണ്ണ് നെന്നെ പറ്റിക്കും..അവളെ കണ്ണടച്ച് വിശ്വസിക്കണ്ട സുധാരാ..."

ആദ്യമൊന്നമ്പരന്നെങ്കിലും സുധാകരൻ അച്ഛനെ എതിർത്തു.

"അച്ഛനെന്ത് പ്രാന്താ പറയുന്നേ... അവൾക്കൊരു കുറ്റോം ഞാങ്കണ്ടില്ല...അവളെന്തിനാ എന്നെ ചതിക്കുന്നേ...?"

കുഞ്ഞാമൻ മുഖം തിരിച്ചു. ഓർമ്മയുടെ വഴുവഴുപ്പ് ശരീരത്തിലും മനസ്സിലും നിറഞ്ഞു. കെട്ടിപ്പിണയുന്ന പാമ്പുകളെ അയാൾ പിന്നെയും പിന്നെയും ഓർത്തു. ആസക്തി നിറയുമ്പോൾ പരിസരം മറന്ന് ആഞ്ഞു പുൽകുന്ന അവറ്റകളെപ്പോലെ ഇപ്പെണ്ണും തനിക്കുമുന്നിൽ ഉള്ളുപ്പില്ലാതെ ഇണ ചേർന്നെന്ന് താനെങ്ങനെ മകനോട് പറയും... അച്ഛന് കാഴ്ച കുറവാണെന്ന് അവളാരോടൊക്കെയോ പറയുന്നതും താൻ കേട്ടിരുന്നു. ഓർത്തപ്പോൾ വീണ്ടും ഈർഷ്യ വന്നു നിറഞ്ഞു.

"ഇബ്ടെ ഞാൻ കുറുക്കന്മാരെ കാവല് നിർത്ത്യേക്കുവാ... അതാ അന്തി കഴിഞ്ഞാലും ഒരുപദ്രവവും വരാത്തത്...എന്റെ കാലം കഴിഞ്ഞാല് ഒക്കെ കൈ വിട്ടുപോകും സുധാരാ..."

അച്ഛന്റെ വാക്കുകളിലെ തണുപ്പ് സുധാകരന്റെ ചിന്തകളെ വല്ലാതെ അസ്വസ്തമാക്കി... ഒരു തീപ്പൊരി പറന്നു നടക്കുന്നതുപോലെ.. വെറും വാക്ക് അച്ഛൻ പറയാറില്ല. അന്തിമുതൽ പുലരിവരെ കുറുക്കന്മാരെ കാവല് നിർത്തുന്ന അച്ഛൻ ഇന്ദ്രജാലക്കാരനോ. ഭൂതകാലവും ഭാവികാലവും കുഴഞ്ഞുമറിഞ്ഞ് കിടക്കുന്ന അച്ഛന്റെ മനസ്സിന്റെ തികട്ടൽ എന്തെന്നു പോലും സുധാകരന് ചികഞ്ഞെടുക്കാനായില്ല. അന്ന് പാതിരാത്രിയിൽ കാവലിന്നെത്തിയ ഓരിക്കുറുക്കന്മാരോട് കുഞ്ഞാമൻ പറഞ്ഞു.

"ലക്ഷങ്ങള് ഒഴുകി വരുമ്പോള് ഇപ്പോളത്തെ പിള്ളേര് വേണ്ടാന്ന് വയ്ക്കോ.. ഒക്കെ തീരാറായി.. ഇബ്ടുത്തെ താമസോം കളിയൊക്കെ..സുധാകരൻ നെലം കൊടുക്കാമെന്ന് വാക്കാലും പറഞ്ഞത്രേ... ഏട്യായിനി താമസിക്ക്വാന്ന് എനക്ക് നിശ്ചയോല്യ... എന്നാലും ഈടന്ന് പോണവരെ സുധാകരന്റെ പെണ്ണിന് കാവല് നിന്നേ പറ്റൂ... അല്ലെങ്കില് എന്റെ സുധാരന്റെ പെണ്ണ് പെഴച്ചോളാണെന്ന് ആളോള് പറയൂലേ.. സുധാകരന് കാര്യം തിരിയുമ്പോളേയ്ക്കും ഒന്നും ചെയ്യാൻ പറ്റാണ്ടാവും... ഓനൊറ്റയ്ക്കിരുന്ന് കരയേണ്ടിവരൂലേ..."

കുഞ്ഞാമൻ ഏങ്ങലടിച്ച് കരഞ്ഞു. ഓരിക്കുറുക്കന്മാർ നിർത്താതെ ഓരിയിട്ടു. അയാൾ കമ്പിളിപ്പുതപ്പുമായി അകത്തേക്ക് പോകുന്നതുവരെ അവ കാവലിരുന്നു. നിസ്സാഹായന്റെ നെലവിളി അവ ഏറ്റെടുത്തതുപോലെ.. നാലഞ്ചു ദിവസം കഴിഞ്ഞപ്പോൾ ഒരു സന്ധ്യയ്ക്ക് ഓരിക്കുറുക്കന്മാരുടെ നിലവിളികൾക്കൊപ്പം പെണ്ണിന്റെയും ഏതോ ചെക്കന്റെയും നിലവിളി ഉയർന്നു... തന്റെ കമ്പിളിക്കുള്ളിൽ നിന്നും പിടഞ്ഞെണീക്കുമ്പോൾ കുഞ്ഞാമൻ വീഴാമ്പോയി. അലറിക്കരയുന്ന ശബ്ദത്തിനടുത്തേക്ക് വേച്ച് വേച്ച് നടന്നെത്തുമ്പോൾ നടുക്കം ശിരസ്സിലേക്ക് പാഞ്ഞുകയറുന്നതറിഞ്ഞു. കുറേയേറെ കുറുക്കന്മാരുടെ മധ്യത്തിൽ ഉടുതുണിയില്ലാതെ രണ്ടു പേര് കെട്ടിപ്പിടിച്ച് കിടക്കുന്നു. ഇരുട്ടു കൊണ്ടു പോലും ശരീരത്തെ മറക്കാനായിട്ടില്ല... പെണ്ണിന്റെ ശരീരത്തെ പൊതിഞ്ഞു പിടിച്ചിരിക്കയാണ് ചെക്കൻ... നിലവിളിയൊച്ചയിൽ സുധാകരന്റെ പെണ്ണ് തെളിഞ്ഞു വന്നു... മനസ്സ് നടുങ്ങി. ചുറ്റും പാഞ്ഞു വീഴാൻ പാകത്തിൽ കുറുക്കന്മാരും... തന്നെ കണ്ടതും മണ്ണിലേക്ക് കമിഴ്ന്നു കിടന്ന് പെണ്ണ് നിലവിളിച്ചു.

“അച്ഛാ... രക്ഷിക്ക്...”

ഒന്നും പറയാതെ തിരിഞ്ഞു ഉമ്മറത്തേക്ക് നടന്നു... ഉപ്പുതിന്നാൽ വെള്ളം കുടിക്കണ്ടേ... കുറച്ച് പേടിക്കട്ടെ... കുഞ്ഞാമന്റെ മനസ്സ് മുരണ്ടു... എത്ര കാലമായി ഇപ്പെണ്ണ് തന്റെ മോനെ പറ്റിക്കുന്നത്... ഈ അവിഹിതത്തെ വെളിപ്പെടുത്താൻ കഴിയാതെ താൻ ശ്വാസം മുട്ടിക്കഴിയുന്നു... പെണ്ണിന്റെ യാചനയ്ക്ക് ചെവി കൊടുക്കാതെ ഉമ്മറത്തെത്തിയപ്പോൾ ഇരുട്ടിൽ നിന്ന് ചിരുതേയിയുടെ തേങ്ങല് കേട്ടു...

“ന്റെ സുധാരന്റെ ജീവിതം ഇങ്ങനെയായല്ലോ.. നിങ്ങളുണ്ടായിട്ടും ഒന്നും തടയാമ്പറ്റീലല്ലോ... ഒരുമ്പെട്ടോളെ ഇക്കോലത്തില് സുധാരൻ കണ്ടാല് ഓൻ ജീവിച്ചിരിക്കൂലപ്പാ...”

ചിരുതേയിയുടെ തേങ്ങലുകൾ കേട്ട് വേവുന്ന മനസ്സിനെ ശാന്തമാക്കാൻ കുഞ്ഞാമൻ ഓരിക്കുറുക്കന്മാരോട് അലറി...

“പോ.. പോയി പണിനോക്ക് നിങ്ങള് ... ഈ തേവിടിശ്ശി നന്നാവില്ല.. തറവാട്ടില് വെച്ചേക്കാനും പറ്റില്ല... തൊലഞ്ഞു പോട്ടെ മൂധേവി... രക്ഷിക്കാൻ ആവുന്നത്ര നോക്കീതാ...”

കുഞ്ഞാമൻ തേങ്ങിക്കരഞ്ഞു. ഓരികൾ നാലുപാടും ഓടിമറയുന്നത് അയാളറിഞ്ഞു. പെട്ടെന്ന് മുന്നിൽ വന്നു നിന്ന സുധാകരനെ കണ്ട് കുഞ്ഞാമൻ ഞെട്ടി. അവനെ കണ്ടതും അടിവയറ്റിൽ നിന്നും ഒരാളൽ തലയിലേക്ക് ഇരച്ചുകയറി... അത് താങ്ങാനാവാതെ സങ്കടമായി, കണ്ണീ

രായി, കുഞ്ഞാമൻ ഞെരി പിരി കൊണ്ടു...

"പോ... സകലോരും പോയേ... മതിയായി നിങ്ങടെ കാവല്... ഒക്കെ പോയില്ലേ... മാനോം മര്യാദേം.

അച്ഛൻ പരസ്പര ബന്ധമില്ലാതെ സംസാരിക്കുന്നത് കേട്ട് സുധാകരൻ അമ്പരന്ന് നിലക്കുമ്പോൾ വടക്കോറത്തെ കുളിമുറിയിൽ കയറി അവന്റെ പെണ്ണ് വാതിലടയ്ക്കുന്നത് കേട്ടു.

"എന്താച്ഛാ .... ഓരോന്ന് പറയുന്നത് ?"

ഇരുട്ടു വന്ന് ചുണ്ടുകളെ ഇറുക്കിപ്പിടിച്ചു... ഒന്നൂല്ലെന്ന് പറയാനുള്ള ശക്തി ക്ഷയിച്ചിരുന്നു. നെഞ്ചിനുള്ളിൽ വാക്കിന് ശ്വാസം മുട്ടിത്തുടങ്ങി. തൊണ്ട കരച്ചില് അടക്കിപ്പിടിച്ചു.. അച്ഛന്റെ ഓരോ നേരത്തെ സ്വഭാവം എന്ന് പിറുപിറുത്തു കൊണ്ട് സുധാകരൻ അകത്തേക്ക് കയറിപ്പോയി.

കുറച്ചു ദിവസമായി സുധാകരന്റെ പെണ്ണ് ഭയം പുതച്ച് ചൂളി നടക്കുന്നു. വീട്ടിനുള്ളിൽ നിന്നും പുറത്തേക്കിറങ്ങുമ്പോൾ പലയിടത്തുമായി കുറുക്കന്മാരെ കാണുന്നു. മരങ്ങൾക്ക് പിറകിലും കുറ്റിച്ചെടികൾക്കിടയിലും തൈക്കുണ്ടിലും എന്നു വേണ്ട താൻ എങ്ങോട്ടു നോക്ക്യാലും കണ്ണുകളിൽ ക്രൗര്യം നിറച്ച് അവറ്റകൾ ഒളിഞ്ഞിരിക്കുന്നു. പ്രിയമുള്ളവൻ വന്നു ശരീരത്തിന്റെ ദാഹം തീർത്തുതരുമ്പോൾ വിജനതയും ഇരുട്ടും തുണയായി നില്ക്കാറുണ്ട്. മനസ്സിലും ശരീരത്തിലും പ്രണയപ്പൂക്കൾ അണിയിക്കുന്നവന്റെ മുമ്പിൽ പിറന്നപടിയിൽ കിടക്കുമ്പോൾ അച്ഛൻ വരാന്തയിൽ കമ്പിളിപ്പുതപ്പിനുള്ളിൽ കിടന്ന് മരിച്ചവരോടും കുറുക്കന്മാരോടും സംവാദത്തിലേർപ്പടുന്നുണ്ടാവും. പ്രണയം കോരിക്കുടിച്ചും വാരിപ്പൂശിയും ശരീരത്തെ നനച്ചെടുക്കുമ്പോൾ ആരും സാക്ഷികളില്ലെന്ന് ഉറപ്പുണ്ടായിരുന്നു. എന്നാൽ ആരൊക്കെയോ തങ്ങളെ തുറിച്ച് നോക്കുന്നുണ്ടെന്ന് തോന്നിത്തുടങ്ങിയത് പതുക്കെയാണ്. ഓരിക്കുറുക്കന്മാരെ കണ്ട് അവൻ പറഞ്ഞു...

"ദേ... നമ്മ്ടെ കളി നോക്കാ കുറുക്കന്മാര് അവരും പഠിക്കട്ടെ..."

അത് കേട്ട് ഇക്കിളിപ്പെണ്ണായി പുളഞ്ഞു തീരുമ്പോൾ അവറ്റകൾ കണ്ണും കാതും കൂർപ്പിച്ചു. പക്ഷേ എന്നും അവറ്റകൾ തങ്ങളുടെ പിന്നാലെ വന്ന് കളി കണ്ടു തുടങ്ങിയപ്പോൾ ഭയം തോന്നിത്തുടങ്ങി... ഇത് മനുഷ്യര് തന്നെ വേഷം മാറി വന്ന് നിൽക്കാണോ... അവറ്റകളുടെ കണ്ണിലും കാമം പൂത്തു മലരുന്നുണ്ട്. പെണ്ണിന് അവറ്റകളുടെ നോട്ടം അലോസരമായി. അങ്ങനെയൊരു ദിവസമാണ് കുഞ്ഞാമന്റെ മുന്നിൽ തന്റെ ജാരനൊപ്പം ഉടുതുണിയില്ലാതെ കിടന്നു പോയത്. അച്ഛന്റെ ചൂഴ്ന്ന നോട്ടവും വെറിപിടിച്ച ചലനവും അപ്പെണ്ണിനെ തളർത്തി... അതോടൊപ്പം

ജാരന്റെ ജീവൻ തന്റെ അടിവയറ്റിൽ മുളച്ചതും പെണ്ണറിഞ്ഞു.. അച്ഛന്റെ നോട്ടവും ചലനവും ഒന്നുകൂടി മുറുകി... ഇരുട്ടിലേക്ക് നോക്കി മരിച്ചു പോയ അമ്മയെ ചീത്ത പറഞ്ഞു... കുറുക്കന്മാരെ പരിഹസിച്ചു..

"എല്ലാരും ഉണ്ടായിരന്നല്ലോ കുഞ്ഞാമന് കൂട്ട്... ന്ന്ട്ടും ജാരസന്തതി പിറക്കാൻ പോവ്വാ ... എനക്ക് മരിച്ചാ മതി...ന്റെ മോൻ സുധാരൻ തനിച്ചാവ്വല്ലോ മുത്തപ്പാ..."

അച്ഛന്റെ തേങ്ങിക്കരച്ചിൽ പെണ്ണിന്റെ നെഞ്ചിൽ വീണ് തലതല്ലിത്തീർത്തു...

ഒരു ദിവസം കുമാരന്റെ കടയിൽ വിദൂരതയിലേക്ക് നോക്കി കുത്തിയിരിക്ക്യാണ് കുഞ്ഞാമൻ : ആരോ പത്രം നിവർത്തി വാർത്തകൾ ഉറക്കെ വായിക്കുന്നുണ്ട്... "റൺവേയിൽ കുറുക്കന്മാർടെ ശല്യം... വിമാനമിറക്കാൻ പറ്റിയില്ല.", കുഞ്ഞാമന്റെ നെഞ്ചിലപ്പോൾ ഓരിക്കുറുക്കന്മാരുടെ നിസ്സഹായത പെരുകി... നിലനില്പിനുള്ള പോരാട്ടവും കുഞ്ഞാമനോട് ഉറപ്പു കൊടുത്ത കാവലും പരാജയപ്പെടുന്നതിന്റെ സങ്കടം പാതിരാത്രിയിൽ ഓരിയിട്ടു തീർത്തു കൊണ്ടിരുന്നു.. സ്ഥലമേറ്റെടുപ്പിന്റെ സങ്കടങ്ങളിലേക്ക് പീടികയിലുണ്ടായിരുന്നവർ ചർച്ച തുടങ്ങിയപ്പോൾ കുഞ്ഞാമൻപതുക്കെ എണീറ്റ് വീട്ടിലേക്ക് നടന്നു. വീടടുക്കുന്തോറും സുധാകരന്റെ മുഖം തന്നെ ശ്വാസം മുട്ടിക്കുന്നതായി അയാർക്ക് തോന്നി. ആരൊക്കെയോ തന്റെ വീട്ടിലേക്ക് ഓടിക്കയറുന്നത് കണ്ട കുഞ്ഞാമൻ അമ്പരന്നു.. ഇടറുന്ന കാലുകൾ വലിച്ചു നടക്കുമ്പോൾ ആരോ പിറകിൽ നിന്നും പറഞ്ഞു. :

"അപ്പെണ്ണ് ചതിച്ചല്ലോ കുഞ്ഞാമേട്ടാ..."

കുഞ്ഞാമൻ പിന്നെ കയറ്റം കയറിയില്ല. ഇടവഴിയിൽ കുന്തിച്ചിരിക്കുമ്പോൾ സുധാകരന്റെ ഓട്ടോറിഷ കിതച്ചു വരുന്നത് കണ്ടു. രണ്ടു ദിവസം മുമ്പ് തന്റെ മുന്നിൽ ഉടുതുണിയില്ലാതെ കിടന്ന പെണ്ണിന്റെ രൂപം അയാളുടെ കണ്ണിൽ തെളിഞ്ഞു. താനായിട്ട് ഒരക്ഷരം പറഞ്ഞില്ല. സുധാകരന്റെ ചെവിയിലും എത്തിച്ചില്ല... കുറ്റബോധാണോ പെണ്ണിനുണ്ടായത്?... കുഞ്ഞാമൻ സുധാകരനെ കണ്ടതും കരഞ്ഞുകൊണ്ടവനെ ചേർത്തുപിടിച്ചു. അപ്പോൾ ആരോ പറയുന്നുണ്ട് :

"വടക്കോറത്തെ മാവിന്റെ മേലെയാ... ഇത്രേം നേരം അഞ്ചുപത്ത് കുറുക്കന്മാര് വട്ടം കൂടി നില്ക്കാ ത്രേ..."

കുഞ്ഞാമൻ കോലായിലെ മുറിയിൽ കയറി തന്റെ കമ്പിളിപ്പുതപ്പിനുള്ളിൽ ഒളിച്ചു...ദൂരെ മാറി നില്ക്കാരിക്കും ഓരിക്കൂട്ടങ്ങള് ...അയാളത് കണ്ടതു പോലെ ആക്രോശിച്ചു;

"മതിയാക്കിക്കോ.. കളിയൊക്കെ കാര്യായില്ലേ...ന്റെ സുധാരൻ ഒറ്റക്കായി... ദൂരെ മാറിപ്പോ... കാവല് നില്ക്കാൻ പറഞ്ഞില്ലേ ഞാൻ...ന്ന്ട്ട് മിണ്ടാണ്ട് നിന്നില്ലേ..."

വയസ്സൻ കുഞ്ഞാമന്റെ വാക്കുകൾ പറന്നു കുന്നിറങ്ങി എങ്ങോട്ടോ അലഞ്ഞു നടന്നു. അച്ഛന്റെ വാക്കുകളിലെ മുഴക്കം കേട്ട് സുധാകരൻ അടുത്തേക്ക് വന്നു..

"എന്തിനാച്ഛാ അവളിങ്ങനെ ചെയ്തേ..?"

കുഞ്ഞാമനപ്പോൾ ഇറങ്ങിപ്പോയ വാക്കുകളെ അന്വേഷിച്ച് കുന്നിറങ്ങാൻ തുടങ്ങിയിരുന്നു. മകന് കൊടുക്കാനുള്ള മറുപടി തന്റെ ഉള്ളിൽ വെന്തു കിടക്കുകയാണെന്ന് അയാൾക്കറിയാം. കുഞ്ഞാമന് ശ്വാസം മുട്ടിത്തുടങ്ങി.

"സുധാരാ.. പറയേണ്ടതൊന്നും അച്ഛന് സമയസമയം പറയാനായില്ലെടാ..." പിറുപിറുത്ത് കുന്നിറങ്ങുന്ന അച്ഛനു ചുറ്റും ഓരിക്കുറുക്കന്മാര് അസമയത്ത് ആരവം തീർക്കുന്നതു കേട്ട് സുധാകരൻ നടുങ്ങി നിന്നു.

•

# വിജ്ഞാപനം

ശരീരമാസകലം പരവേശപ്പെട്ട് വറീത് മാപ്ല മുറ്റത്തൂടെ അങ്ങോട്ടു മിങ്ങോട്ടും നടന്നു. എവിടെ നിന്നാണ് ലാവകണക്കെ ചൂട് പൊട്ടിപ്പുറപ്പെടുന്നതെന്ന് അയാൾക്ക് മനസ്സിലായില്ല. മുറ്റത്തിന്റെ അതിരിലുള്ള പേര മരത്തിലിരുന്നു ഒരു ഒറ്റക്കാലൻ കാക്ക ചിറകട്ടടിച്ചു ഭയപ്പെടുത്തി. തന്നെയാണോ, അതോ താഴെ ചപ്പിലകൾ ഇളക്കി ബഹളം കൂട്ടുന്ന വണ്ണാത്തിപ്പുള്ളുകളെയാണോ അത് ലക്ഷ്യം വയ്ക്കുന്നതെന്ന് വറീത് മാപ്ലയ്ക്ക് മനസ്സിലാവുന്നില്ല.

"കാല് വെന്ത നായിന്റെ മാതിരി നിങ്ങളിങ്ങനെ നടക്കാൻ തൊടങ്ങീറ്റ് നേരം കൊറേയായല്ലോ..."

കിണറ്റിൻ കരയിൽ തുണി തിരുമ്പി ആറാനിടുന്ന ഏലിയാമ്മ കുറച്ച് ആത്മഗതമായും ബാക്കി വറീതിനു വേണ്ടിയും പറഞ്ഞു. ഏലിയാമ്മയ്ക്ക് ഭർത്താവിന്റെ മൗനവും വേവലാധികളും ഭയമാണ്. കാലമെത്രയായി ഇതൊക്കെ കാണാൻ തുടങ്ങിയിട്ട് എന്തോ ആപത്ത് വരാൻ പോകുവാണെന്നും അത് തന്റെ കെട്ടിയോനെ വല്ലാതെ കൊഴപ്പിക്കുമെന്നും കണക്കുകൂട്ടാൻ ഏലിയാമ്മയ്ക്ക് സാധിക്കുന്നുണ്ട്.

"ഒന്ന് മേലും കഴുകിയേച്ച് വന്നാല് ഇത്തിരി കഞ്ഞിവെളമ്പിത്തരായ്രുന്നു..."

കഠിനമായ ഉൾച്ചൂടിനെ തണുപ്പിക്കാനുള്ള തണുപ്പൊന്നും ഏലിയാമ്മയുടെ വാക്കുകൾക്കില്ലായിരുന്നു. അതുകൊണ്ടു തന്നെ ഒരു നോട്ടത്തിനപ്പുറം മറ്റ് പ്രതികരണങ്ങളൊന്നും തന്നെ വറീത് മാപ്ലയിൽ നിന്നുണ്ടായില്ല.. തുണിയായതുണിയൊക്കെ തോരാനിട്ട് അടുക്കളപ്പുറത്തു നിന്നും ഒരു കഷ്ണം മാങ്ങായിഞ്ചി മാന്തിയെടുത്ത് അടുക്കളയിലേക്ക് ഏലിയാമ്മ കയറിപ്പോയി. വറീത് മാപ്ലയ്ക്ക് മാങ്ങയിഞ്ചി ചേർത്തരച്ച ചമ്മന്തി വല്യ ഇഷ്ടമാണ്. ചില പെരുമാറ്റങ്ങൾ അസഹ്യമാകുമ്പോൾ ഏലിയാമ്മ അത് പരിഹരിക്കാനായുള്ള ചെപ്പടിവിദ്യകൾ പരീക്ഷിക്കും.

"അവന്റെ വയറ്റിലൂടെ വേണം മനസ്സിലേക്ക് കേറിച്ചെല്ലാൻ." എന്ന അമ്മായിമ്മയുടെ വാക്കുകൾ ആവശ്യത്തിന് തേട്ടി വരും. പരീക്ഷണത്തിനൊടുവിൽ അത് ശര്യാണെന്ന് ബോധ്യപ്പെടാറുണ്ട്. മനസ്സ് മടുത്തിരിക്കുമ്പോൾ ചില ഭക്ഷണം കണ്ടാൽ ശാന്തമായ ഒരു നോട്ടമുണ്ട് വറീ

ത് മാപ്ലയ്ക്ക്. രാത്രീല് കൂടെ കെടക്കുമ്പോഴാണ് പൊത്തിപ്പിടിച്ച് കടുപ്പത്തിലൊരു മുത്തം ഏലിയാമ്മയ്ക്ക് കിട്ടുക. തീർച്ചയായും ഭക്ഷണം ശരീരത്തിൽ നിന്നും മനസ്സിനകത്ത് കടന്നുവെന്ന് വ്യക്തം. ചീരപ്പച്ചടിയും, ചെമ്മീൻ ഫ്രൈയും കുറുക്കുകാളനും പിന്നെ പോത്തു വരട്ടിയതുമൊക്കെ കഴിച്ച ദിവസം ഏലിയാമ്മയ്ക്ക് സന്തോഷം നല്കാൻ വറീത് മാപ്ലയ്ക്ക് താല്പര്യം തന്നെയാണ്. സന്തോഷം ആഗ്രഹിക്കുന്ന ദിവസങ്ങളൊക്കെ ഏലിയാമ്മ കള്ളച്ചിരിയോടെ ഓരോന്ന് പാകം ചെയ്കൊണ്ടിരിക്കും.

മാങ്ങയിഞ്ചി ചേർത്തരച്ച ചമ്മന്തിയും ഓട്ടു കിണ്ണത്തിൽ നല്ല കുത്തരിക്കഞ്ഞിയും കൊണ്ട് കോലായിലെ ബഞ്ചിൽ വച്ചിട്ട്,

“ഇതൊന്നു കുടിച്ചേ... ചോറ് കാലമാകാൻ ഇച്ചിരി വൈകും.” എന്ന് ഏലിയാമ്മ പറഞ്ഞിട്ടും ഒന്നും മിണ്ടാതെ ആലോചനയും നടത്തവും തന്നെയാണ് അങ്ങോര്. എന്തായിപ്പോ ചെയ്യാന്ന് സന്ദേഹിച്ച് ഏലിയാമ്മ വരാന്തയിൽ കുത്തിയിരുന്നു.

“കർമ്മദോഷോക്കെ മാറീട്ട് മാനം തെളിഞ്ഞതല്ലേ അച്ചായാ..എന്തോന്നാ ഇത്രയ്ക്ക് ആലോചിച്ചു കൂട്ടുന്നത്...”

ഏലിയാമ്മയുടെ സംസാരമോ കഞ്ഞിയോ വറീത് മാപ്ലയുടെ ശ്രദ്ധയിൽ വന്നതേയില്ല. തട്ടുതട്ടായി കിടക്കുന്ന റബ്ബർ തോട്ടത്തിലേക്ക് നോക്കാതെ നോക്കി ഇറങ്ങി നടക്കുമ്പോഴൊക്കെ വലിയൊരു ഭാരവും വലിച്ചാണ് താൻ നടക്കുന്നതെന്നൊണ് അയാൾക്ക് തോന്നാറ്. ഇതെവിടെയാ ഇറക്കി വയ്ക്കേണ്ടത്.?. അയാൾ അയാളോടു മാത്രമായി ചോദിച്ചു . പള്ളിപ്പറമ്പിലേക്കുള്ള ഊടു വഴിയിലൂടെ നടന്നപ്പോഴും എതിരെ വന്ന കപ്യാരു ചെക്കൻ ചിരിച്ച് വിശേഷം ചോദിച്ചപ്പോഴും അയാളുടെ തകിടം മറിഞ്ഞ് കിടക്കുന്ന ഹൃദയം അനുസരണ കാട്ടിയില്ല.

“എന്താ വറീത് മാപ്ലേ..?”

എന്ന് ചോദിച്ചു കൊണ്ട് പഴയ വയറ്റാട്ടിത്തള്ള കൂനിക്കൂടി കടന്നു പോയപ്പോൾ അയാൾ വല്ലാണ്ട് ഞെട്ടിപ്പോയി. മഞ്ഞ് പാടകൾ വീണ പോലെ എപ്പോഴും മങ്ങിയ കാഴ്ചകൾ കാണാറുള്ള വയറ്റാട്ടിത്തള്ള വറീതുമാപ്ലയുടെ മുഖത്തെ നിഴൽവീഴ്ച കണ്ടില്ല. അടുത്തു കണ്ട കുറേ കാട്ടുകുറുന്തോട്ടി വലിച്ചെടുത്ത് അടുക്കിപ്പിടിച്ചു തിരിച്ചു നടന്നു. മനസ്സ് സ്വല്പം നേരെയായപ്പോൾ കൈയിലിരുന്ന കുറുന്തോട്ടി കണ്ട് അയാൾ സ്വയം ചോദിച്ചു,

“എന്തിനായിത്...?”

സ്വയം സമാധാനിപ്പിക്കാൻ പിറുപിറുത്തു. മുറ്റവും പറമ്പും ശരി

ക്കും അടിച്ചുവാരാൻ ഇതിനോളം നല്ല ചൂല് വേറെയില്ല. പക്ഷേ ഇതൊന്നും വയറ്റാട്ടിയോട് പറയാൻ തനിക്കെന്തേ തോന്നാതിരുന്നത്.. അവളത് വിശ്വസിക്കില്ലെന്ന് ആരെക്കാളും അയാൾക്കറിയാം. കൊയ്ത്തിനു വന്ന വള്ളിയുടെയും തെങ്ങുകയറ്റക്കാരൻ ചെമ്പന്റെ മോളുടെയും വയറ്റിലുണ്ടായപ്പോൾ അത് അലസിപ്പിക്കാൻ വേണ്ടി താനാണല്ലോ വയറ്റാട്ടിത്തള്ളയുടെ കാല് പിടിക്കാൻ നടന്നത്..

"എടാ വറീതേ.. നീയെത്ര മാത്രം കുരുത്തക്കേടാ ഒപ്പിക്കുന്നത്.. പിള്ളർക്ക് വല്ലോം പറ്റിയാല് എന്നെ ഒറ്റിക്കൊടുക്കാണ്ടിരുന്നോളണം നെറികെട്ടോനെ.. ഇതൊക്കെ കലക്കണ പണി ചെയ്ത് എന്റെ മനസ്സ് കെട്ടു പോവ്വാണ് ദ്രോഹീ..."

അങ്ങനെ പറഞ്ഞെങ്കിലും മാനം രക്ഷിക്കാൻ കൂടെ നിന്നു തള്ള, പിന്നീടെന്നും കൂർത്ത നോട്ടമയച്ച് തന്നെ ദുർബലപ്പെടുത്തുക അവരുടെ പതിവായി. ഇന്നും മങ്ങിയ കാഴ്ചയ്ക്കുള്ളിൽ നിന്നുകൊണ്ടാണ് തന്റെ മനോവിചാരങ്ങളെ അവർ ഒപ്പിയെടുക്കുന്നത്. പഴയ കണ്ണുകൾക്ക് ഉൾക്കാഴ്ചയുടെ ആഴം നന്നായി ഉണ്ടായിരിക്കും. കാല് നീട്ടി വലിച്ചു വറീത് വീട്ടുപറമ്പിലേക്കു തന്നെ കയറി. ഏലിയാമ്മ മുറ്റത്തുണ്ടോയെന്ന് തിരക്കി. പശുവിന്റെ ചാണകം വാരുകയാണ്. വരാന്തയിൽ ചെന്നിരുന്നു അന്തമില്ലാത്ത നോട്ടം ചുറ്റുവട്ടത്തേക്കയച്ചു. മടുത്തപ്പോൾ കൈയെത്തിച്ച് വാരന്തയിലെ ബഞ്ചിൽ കിടന്ന പത്രമെടുത്ത് നിവർത്തി അതിലേക്ക് ആഞ്ഞു നോക്കി. വിജ്ഞാപനങ്ങൾ ഒന്നല്ല , രണ്ടാണ് അടുത്തടുത്ത് കിടക്കുന്നത്. ആദ്യവസാനംവരെ രണ്ടു മൂന്നാവർത്തി വായിച്ചതാണ്. ഓരോ തവണ വായിക്കുമ്പോഴും നെഞ്ചിനകത്ത് ആരോ കൂടം കൊണ്ട് അടി തരുന്നതു പോലെ, വേദന ചുറഞ്ഞു പിടിക്കയാണ്.

ജില്ലാ ശിശുക്ഷേമ സംരക്ഷണ ഓഫീസറുടെ കാര്യാലയം പുറപ്പെടുവിക്കുന്ന വിജ്ഞാപനം.

| | |
|---|---|
| കുട്ടിയുടെ പേര് | ജോഷ്വ |
| ആൺ / പെൺ | ആൺകുട്ടി |
| ജനന തീയ്യതി | 20.10.2016 |

കുഞ്ഞിനെ ഉപേക്ഷിക്കപ്പെട്ട നിലയിൽ കണ്ടെത്തിയ സ്ഥലം : ബാധകമല്ല.

കുട്ടിയെ താല്കാലികമായി താമസിപ്പിച്ച കേന്ദ്രം : സ്നേഹഭവനം

ശിശുസംരക്ഷണ സ്ഥാപനത്തിൽ പ്രവേശിപ്പിക്കപ്പെട്ട

തീയ്യതി: 4.2.2019.

മേൽപ്പറഞ്ഞ കുഞ്ഞിന്റെ രക്ഷാകർത്തത്വവുമായി ബന്ധപ്പെട്ട് എന്തെങ്കിലും അവകാശവാദങ്ങൾ ഉണ്ടെങ്കിൽ ആവശ്യമായ തെളിവുസഹിതം ഈ വിജ്ഞാപന തീയ്യതി മുതൽ മുപ്പത് ദിവസത്തിനകം ജില്ലാ കേന്ദ്രത്തിൽ അറിയിക്കേണ്ടതാണ്. അവകാശികൾ ആരുമില്ലെങ്കിൽ ദത്ത് നല്കുന്നതിനുള്ള നടപടികൾ സ്വീകരിക്കുന്നതായി ഇതിനാൽ അറിയിക്കുന്നു.

പടപടാന്ന് കൊട്ടുന്ന ഹൃദയത്തോട് അടങ്ങിയിരിക്കാൻ പറഞ്ഞ് തൊട്ടടുത്ത വിജ്ഞാപനത്തിലേക്ക് വറീത് മാപ്ള കൂർപ്പിച്ച് നോക്കി. ഇതിൽ കുട്ടി പെണ്ണാണെന്നു മാത്രം. ബാക്കി പരിസരങ്ങളൊക്കെ മേൽപറഞ്ഞതുപോലെ തന്നെ. സമയവും കാലവും വിഷയവും മേൽ കൊടുത്ത കുട്ടിയുടേതു പോലെ തന്നെ. നെഞ്ചിലൊരു ഇരുമ്പുകട്ട കയറ്റി വച്ചതു പോലെ അയാൾക്ക് ശ്വാസം മുട്ടി. നരച്ചു തുടങ്ങിയ നെഞ്ചിലെ രോമങ്ങൾ പിഴുതെറിഞ്ഞും കുറ്റിത്തലമുടിയിൽ മാന്തിപ്പറിച്ചും ഇല്ലാത്ത നഖം കടിച്ചുതുപ്പിയും പത്രത്തിലേക്ക് കുനിഞ്ഞു നോക്കുകയാണ്.

“എത്ര നേരായി പത്രത്തില് മുങ്ങിത്തപ്പുന്നേ.. വല്ലോരും ചത്തോ.. വല്യ പരവേശത്തിലാണല്ലോ...”

ഏലിയാമ്മയുടെ പരിഹാസത്തിന് പകരം തെറിവാക്കൊന്നും വായിലേക്ക് വരാതെ തൊണ്ടയിൽ കനത്തു കിടന്നു. അവൾ അവിടംവിട്ടു പോകാൻ ഭാവമില്ലെന്നു കണ്ടപ്പോൾ അയാൾ പിറുപിറുത്തു.

“അനാഥാലയക്കാര് ആ പിള്ളേരെ ദത്ത് നല്കുന്നു...ദാ... പത്രത്തിലുണ്ട്...! ”

ഭർത്താവിനെ അന്ധാളിച്ച് നോക്കിയിട്ട് കോലായിലേക്ക് വാടിത്തളർന്നിരുന്നു ഏലിയാമ്മ മൂക്കുചീറ്റിക്കരയാൻ തുടങ്ങി. വാക്കുകളൊക്കെ കൃത്യമായി മനസ്സിലേക്ക് വന്നില്ല. എന്തേ അവളിങ്ങനെയെന്ന് വറീത് ചിന്തിക്കുമ്പോഴാണ് അവര് ഇത്രയെങ്കിലും പറഞ്ഞത്.

“ഇബ്ടെ വളരേണ്ട കൊച്ചുങ്ങളാ.. കർത്താവ് ക്ഷമിക്കത്തില്ല. ഒരിക്കലും സ്വർഗ്ഗത്തിലോട്ട് കേറ്റത്തുമില്ല...”

തന്റെ ആത്മാവിന്റെ ഞെട്ടൽ അല്പം ആക്കത്തിലായെന്ന് വറീതു മാപ്ലയ്ക്ക് തോന്നി. തന്റെ ആധിവ്യാധികള് ഏലിയാമ്മയ്ക്ക് ശരിക്കും മനസ്സിലാവില്ലെന്ന് അയാൾക്കറിയാം... ഇത്തിരി വകതിരിവ് കൊറവായതു കൊണ്ടാണ് ഏലിയാമ്മ ഇപ്പോഴും ജീവിച്ചിരിക്കുന്നത്.

“ഓക്കാനിച്ച് ഓക്കാനിച്ച് വശം കെട്ട പെണ്ണിനെ ഞാനെന്തോ ചെയ്യും കർത്താവേ...’ എന്ന് ചോദിക്കുമ്പോഴാണ് വർഷങ്ങൾക്കു മുമ്പ് സ

ന്ധ്യാനേരത്ത് ഏലിയാമ്മയുടെ മുമ്പിലേക്ക് വയറ്റാട്ടിത്തള്ള വന്നു കേറിയത.

"ന്താടീ ഏലീ.. എന്തു നൊന്തരവാടീ പെണ്ണിനുണ്ടായത്...?"

എന്നു ചോദിച്ചു കൊണ്ട് കോലായിലേക്ക് കയറിയ അവരെ ഏലിയാമ്മ തുറിച്ചു നോക്കി.. ഇവരെന്തിനാവോ ഇപ്പൊരയിലേക്ക് കേറിവന്നതെന്ന ഒരു ചോദ്യം നെഞ്ചിൽ മുട്ടി നിന്നു.

"അയ്യോ ചേട്ടത്തീ... നാലഞ്ച് ദെവസായി ഓക്കാനം തന്നെ. തുള്ളി വെള്ളം കുടിക്കുന്നൂല്ലാ...ന്റെ കത്രീന മോൾക്കെന്തു പറ്റിയോ ആവോ..."

മകള് കിടക്കുന്ന ചായ്പിലേക്ക് വയറ്റാട്ടി കയറിച്ചെല്ലുമ്പോൾ ഏലിയാമ്മയും കൂടെയുണ്ടായിരുന്നു. കമിഴ്ന്നു കിടക്കുന്ന കത്രീനപ്പെണ്ണിനെ മലർത്തിക്കിടത്തി അവരാകെയൊന്നു തടവി നോക്കി. പെണ്ണാകെ പുളഞ്ഞു പോയി. വരുന്ന മകരത്തിലേ ഇരുപത്തിയൊന്ന് തെകയുകയുള്ളു. ആലോചനകൾ വന്നും പോയുമിരിക്കുന്നു. അപ്പന് പിടിക്കുന്ന ആലോചനകളൊന്നും തരപ്പെട്ടു വരുന്നില്ല. കർത്താവിനെ വിളിച്ച് ഏലിയാമ്മ പരാതി പറയാൻ തുടങ്ങി..അപ്പോൾ വറീത് മാപ്പ ഇടപെടും...

"കത്രി കൊച്ചല്ലേ ... രണ്ടു കൊല്ലം കഴിയട്ടെ ഏലി.. നല്ല ആലോചന വരാണ്ടിരിക്കില്ല..."

അതും വിശ്വസിച്ച് ഏലിയാമ്മ പറമ്പിലേയും വീട്ടിലേയും പണിയെടുക്കുകയും റബ്ബറിന്റെ പാലെടുക്കാൻ ഒറ്റയ്ക്ക് പോവുകയും ചെയ്തു. മകളാണെങ്കിൽ ടീവിം കണ്ടും ,വല്ലതും തയ്ച്ചും കൊണ്ടും വീട്ടിലിരുന്നു കല്യാണം സ്വപ്നം കണ്ടു. ഇപ്പോഴെന്താ പറ്റീന്നാർക്കറിയാം? കഷായം കുറുക്കീറ്റും ആശുപത്രീന്ന് ശർദ്ദിക്കുള്ള മരുന്ന് കൊടുത്തിട്ടും പിന്നേം പെണ്ണിന് ഓക്കാനം തന്നെ. തടിയനങ്ങാണ്ട് തിന്നേച്ച് ടീവിം കണ്ടിരുന്നാല് ദഹനക്കേട് വരാണ്ടിരിക്ക്വാ.. ഏലിയാമ്മ മകളെ കണ്ടമാനം ചീത്ത പറഞ്ഞു.

വയറ്റാട്ടിത്തള്ള കത്രീനാന്റെ വയറ്റിലൊരു പിടുത്തം..അവളങ്ങ് നെലവിളിച്ചു പോയി..

"എന്തോന്നാ തള്ളേ നിങ്ങള് കാണിക്കുന്നേ...?"

ഏലിയാമ്മയ്ക്ക് ശരിക്കും ദേഷ്യം വന്നു. ചെറുപ്പക്കാരിപ്പെണ്ണിന്റെ അടിവയറ്റില് തപ്പുന്നതെന്തിനാ... തള്ളയുടെ തോന്ന്യാസമെന്നല്ലാതെ എന്താ ഇതിന് പറയാ.. വയറ്റാട്ടി ഏലിയാമ്മയെ ചെരിഞ്ഞു നോക്കിയിട്ട് പറഞ്ഞു;

"ഉം..ഉം.. കെട്ടിക്കാത്ത പെണ്ണിന് വയറ്റിലുണ്ടാകുമ്പോള് ഇങ്ങനെ ദേഷ്യം വരും ഏലിപ്പെണ്ണേ..."

തളർന്നു വീണതോ, വയറ്റാട്ടി പോയതോ അറിയാതെ നാലഞ്ചു ദിവസം കെടന്നതാണ് ഏലിയാമ്മ. സൊസൈറ്റിയിൽ പാല് അളക്കുന്ന സെബാസ്റ്റ്യനാണോ, പള്ളീലെ കപ്യാര് ചെക്കനാണോ അതോ മറ്റാരെങ്കിലുമാണോ എന്ന് ആലോചിച്ച് ഏലിയാമ്മയ്ക്ക് വീണ്ടും വീണ്ടും ബോധക്കേടുണ്ടായി. അവരോടൊക്കെയാണ് പെണ്ണ് സാധാരണ മിണ്ടാറുള്ളത്.

മിണ്ടാട്ടം മുട്ടിയ പെണ്ണിനോട് അപ്പനൊരക്ഷരം മിണ്ടാത്തതെന്തെന്ന് ഏലിച്ചേടത്തിക്കറിയില്ല. പെഴച്ച പെണ്ണിന്റെ അപ്പന്റെ ദണ്ഡം അത്രയ്ക്കുണ്ടാവില്ലേ എന്നവർ സമാധാനിച്ചു. കാരണക്കാരെ കണ്ടുപിടിച്ച് പെണ്ണിനെ കെട്ടിക്കാൻ പറഞ്ഞപ്പോഴും അപ്പൻ മരവിപ്പോടെ നോക്കുകയാണ്. അപ്പന്റെയും മോളുടെയും സങ്കടത്തിന്റെ ഭാരം താങ്ങാനാകാതെ ഏലിയാമ്മയും മൗനിയായി. എല്ലാമൊന്നിറക്കിവയ്ക്കണമെന്ന് കൊതിച്ചാണ് മൂന്നു പേരും വേളാങ്കണ്ണിക്ക് യാത്ര പോയത്. ധ്യാനം കൂടാനെന്നും പറഞ്ഞ് തെക്കോട്ട് പോകുമ്പോൾ വയറ്റാട്ടിത്തള്ളയുടെ വായ അടപ്പിക്കാൻ വറീത് മാപ്ല അവർക്ക് പൊന്നും പണവും നല്കി.

ഒരു കൊല്ലം കഴിഞ്ഞ് വരുമ്പോൾ കത്രിപ്പെണ്ണ് ക്ഷീണിച്ചു പോയിരുന്നെങ്കിലും ദേശം പിടിക്കാത്തതു കൊണ്ടാണെന്നും തന്റെ ബന്ധുക്കളൊക്കെ അവിടെ പിടിച്ചു നിർത്തിയതു കൊണ്ടാണ് വൈകിയതെന്നു വറീതുമാപ്ല എല്ലാവരോടും പറഞ്ഞു. പിന്നെയും മാസങ്ങൾ കഴിഞ്ഞാണ് രണ്ടാം കെട്ടുകാരന്റെ ആലോചനയ്ക്ക് വറീതുമാപ്ല സമ്മതിച്ചത്. വിവാഹം തരപ്പെടാത്തതിൽ പെണ്ണിന് ദണ്ഡമുണ്ടെന്നും 'ജീവിതത്തിന്റെ ഏടുകളൊക്കെ ആരോ ചീന്തിയെറിഞ്ഞെന്ന് 'കത്രീനപ്പെണ്ണ് തത്വം പറയാൻ തുടങ്ങിയെന്നും പറഞ്ഞപ്പോഴാണ് രണ്ടാം കെട്ടുകാരനെ മകളെ ഏല്പിക്കാൻ വറീത് മാപ്ല എങ്ങനെയോ തയ്യാറായത്. കല്യാണത്തലേന്ന് അമ്മച്ചിയുടെ നെഞ്ചില് വീണ് കരഞ്ഞ കത്രീന പറഞ്ഞു;

"ന്റെ മക്കൾടെ മുഖം മറക്കാനാവുന്നില്ലമ്മച്ചീ... അവരെ എന്തോന്നാ നിങ്ങള് ചെയ്തത്.?"

ഏലിയാമ്മ കർത്താവിനു മുന്നിൽ മുട്ടുകുത്തി കുരിശ്ശു വരച്ചു.. കണ്ണീരോടെ മകളുടെ കൈ പിടിച്ച് മുത്തം നല്കി. അതിനുശേഷം സിനിമാ ഡയലോഗ് പോലൊന്ന് പറയുകയും ചെയ്തു.

"പെറ്റപ്പം തന്നെ ചത്തെടീ നിന്റെ എരട്ടക്കുട്ടികള്... ഒക്കെ മറക്കെന്റെ കത്രീ...നീയിന്ന് കന്യകയായി സങ്കല്പിച്ചാണ് മിന്നുകെട്ട് നടക്കുന്നത്..."

"അമ്മച്ചീ.. കർത്താവ് ഒക്കെ കാണുന്നില്ലേ..."

തളർച്ചയോടെ അവൾ കർത്താവിന്റെ തിരുരൂപത്തിനുമുന്നിൽ മുട്ടു

ത്തി. കണ്ണീരു മുഴുവൻ വാർത്തു കളയാൻ അവൾ കഠിനമായി പരിശ്രമിച്ചു. അപ്പനോട് അവളൊന്നും മിണ്ടിയില്ല. അപ്പൻ അവളോട് ഒന്നും ചോദിച്ചുമില്ല. പെണ്ണ് കല്യാണത്തിൽ നിന്നും മാറിക്കളയുമോ എന്ന് പേടിച്ചിരിക്കുകയായിരുന്നു അയാൾ. മാത്രമല്ല ദിവ്യഗർഭരഹസ്യം പെറ്റമ്മയുടെ ചെവിയിലേക്ക് മകൾ ഇറ്റിച്ചു കൊടുക്കുന്നുണ്ടോ എന്ന് കാതോർത്ത് നടന്നു നടന്നു ഭക്ഷണത്തിന്റെ രുചി മറന്നു. അകത്തും പുറത്തും ചുറ്റിക്കറങ്ങി പുറം ലോകത്തെ തള്ളിക്കളത്ത വറീത് മാപ്ലയുടെ പരവേശം കണ്ട്,

“അപ്പനായാൽ  വെഷമം കാണില്ലേ കത്രീ ... മക്കളിങ്ങനെ പെഴച്ചു പോയാല്. അതിയാന്റെ വെപ്രാളം കണ്ടില്ലേ...”

ഏലിയാമ്മയുടെ പതം പറച്ചിൽ കേട്ടിട്ടും കത്രീന ചുണ്ടനക്കിയില്ല. മന്ത്രച്ചരടാൽ തുന്നിക്കൂട്ടിയതാണ് തന്റെ ചുണ്ടുകളെന്ന് അവർക്ക് തോന്നാറുണ്ട്. പെറ്റ തള്ളയുടെ വേദനയുമായി ഏലിയാമ്മ ചുറഞ്ഞു നടക്കുകയാണ്... കത്രീനയ്ക്ക് അതും മനസ്സിലാവുന്നുണ്ടെന്ന് ഏലിയാമ്മയ്ക്ക് തോന്നിയില്ല...

കൊല്ലമിപ്പോൾ മൂന്നെങ്കിലും കഴിഞ്ഞിട്ടുണ്ടാകുമെന്ന് ഏലിയാമ്മ പത്രത്തിലേക്ക് നോക്കി നെടുവീർപ്പോടെ ഓർത്തു.. പക്ഷേ മറക്കാനായി മാറ്റി വച്ച ഓർമ്മകളിതാ പത്രത്തിൽ കിടന്ന് പിച്ചവയ്ക്കുന്നു... ‘ കൊല്ലണ്ട.. ഏതെങ്കിലും അനാഥാലയത്തിലുപേക്ഷിച്ചാൽ മതി..‘ എന്ന് പറഞ്ഞതും ഏലിയാമ്മയായിരുന്നു.എന്നിട്ടും ഏലിയാമ്മയിപ്പോൾ തേങ്ങുകയാണ്. വറീത് പത്രത്തിലേക്ക് നോക്കി.  ‘അവകാശമുന്നയിക്കാൻ ആരുമില്ലെങ്കിൽ ദത്തു നടപടി’ പ്രത്യുദ്പാദനത്തിന്റെ നീതിശാസ്ത്രമറിയാഞ്ഞിട്ടല്ല. താൻ  സംരംക്ഷിക്കേണ്ട പുൽപ്പരപ്പ് താൻ തന്നെ അതിക്രമിച്ച് കയറിയതായിരുന്നു വറീതു മാപ്ല. സ്വർഗ്ഗത്തിലോട്ട് ചെല്ലുമ്പോൾ ‘വറീതേ.. നീയെത്ര പാപം ചെയ്തു?’ എന്നു ചോദിക്കുമ്പോൾ എണ്ണിത്തിട്ടപ്പെടുത്താൻ വിരലുകൾ തികയാതെ താൻ പരുങ്ങി നില്ക്കേണ്ടി വരുമെന്ന് അയാൾക്കറിയാം. റബ്ബറിന്റെ പാലെടുത്തു മുറ്റത്തേക്ക് വന്ന ഒരു വൈകുന്നേരം വറീത് മാപ്ല പറഞ്ഞു:

“നമ്മക്ക് ആ പിള്ളേരെ ഇങ്ങോട്ടു കൊണ്ടു പോരാം. ഇബ്ടെ പിള്ളേരൊന്നൂല്യാലോ...”

ഏലിയാമ്മ നടുങ്ങി നിന്നു ചിലപ്പോൾ കശ്മലനാണെങ്കിലും മറ്റു ചിലപ്പോൾ മാലാഖയായി അവതരിക്കുന്ന അയാളെ ഏലിയാമ്മയ്ക്കറിയാം.

“കത്രീന വരുമ്പോളെന്താ പറയാ...”

കള്ളുഷാപ്പിലേക്ക് പോകാനുള്ള തിരക്കിൽ മുഴുവൻ കേൾക്കാൻ നില്ക്കാതെ അയാൾ ഇരുട്ടിലേക്ക് ഊളിയിട്ടു. വറീതിന്റെ കൂട്ടുകാരൻ സെബാസ്ത്യന്റെ നിഴലനക്കം താഴെ മാവിന്റെ ചോട്ടില് കണ്ടതുകൊണ്ട് ഏലിയാമ്മ ബാക്കി പറയാതെ നാവടക്കിക്കളഞ്ഞു. മലയോരത്ത് ആളും അനക്കവും കുറവാണെങ്കിലും രഹസ്യങ്ങളൊക്കെ പറന്നു പറന്നു നടക്കും.

പള്ളിയിലെ പെരുന്നാള് അടുക്കുന്നതിന്റെ തിരക്കിലായിരുന്നു ഏലിയാമ്മ. മകളുടെ കുടുംബക്കാരും തന്റെ കുടുംബക്കാരുമൊക്കെയായി ഒരുപാടാളുകൾ കയറിയിറങ്ങാനുള്ളതാണ്. ഒരു നട്ടുച്ച നേരത്ത് കുറേ മുദ്രക്കടലാസുമായി വന്നിട്ട് ഒപ്പിട്ടു പോയതാണ് വറീതുമാപ്ള. ഒഴിഞ്ഞ കടലാസായതു കൊണ്ട് ചോദിച്ചതിന് നല്ല ഉത്തരവും കിട്ടിയില്ല. അയാളോട് ചോദിച്ചാലുണ്ടാകുന്ന ബഹളം നാട്ടുകാരെ അറിയിക്കേണ്ടെന്ന് കരുതി. പെരുന്നാളിന്റെ തലേദിവസം വൈകുന്നേരമായപ്പോഴാണ് കത്രീന കേറിവന്നത്. രണ്ടാം കെട്ടുകാരനായതുകൊണ്ട് ഭർത്താവും ഒപ്പം അയാളുടെ രണ്ട് പൊടിക്കുഞ്ഞുങ്ങളുമുണ്ട്. കത്രീനയുടെ കൈയും പിടിച്ച് "അമ്മച്ചിയേ... ഇതെന്ത്?... അതേത് കിളിയാ മരത്തേലിരിക്കുന്നേ? പുള്ളിപ്പശൂന്റെ ക്ടാവെന്തിയേ..?" എന്നൊക്കെ ചോദിച്ചോണ്ട് പിള്ളേര് പറമ്പു നെറച്ചും ഓടിച്ചാടി നടക്കുന്നുണ്ട്. ഏലിയാമ്മ മകളുടെ മുഖത്തേക്ക് ഇടയ്ക്കിടെ പാളി നോക്കി.

"നെന്റെ കെട്ടിയോനെങ്ങനാടീ... കൊഴപ്പോന്നൂല്ലലോ...?" എന്ന അമ്മച്ചിയുടെ ചോദ്യത്തിന് കനപ്പിച്ച നോട്ടത്തോടെ കത്രീന മുരണ്ടു.

"എന്തോന്ന് കുഴപ്പം... കെട്ടിപ്പരിചയമുള്ള ആളല്ലേ..എല്ലാത്തിനും മിടുക്കനാ..ഞാനുമങ്ങ് അഡ്ജസ്റ്റ് ചെയ്യുന്നുണ്ടമ്മച്ചീ..."

കത്രീനയെ തുറിച്ചു നോക്കി ഏലിയാമ്മ ഏറെനേരം നിന്നു. പെണ്ണ് എത്രയാപ്പാ മാറിപ്പോയത്. ഇവിടെ കെടന്ന് മിണ്ടാപ്പെണ്ണ് കലമുടച്ചതും രണ്ട് മക്കളെ പെറ്റതുമൊക്കെ മറന്ന മട്ടാണ്. വന്ന ദിവസമോ പിറ്റേന്നോ അപ്പനെന്തിയേ എന്ന് കത്രിപ്പെണ്ണ് ചോദിച്ചില്ല. കെട്ടിയോൻ ചെക്കൻ ജോസഫിനോട് ഏലിയാമ്മ പറഞ്ഞു.

"അതിയാന്റെ തറവാട് കോട്ടയത്താ.. സ്വത്തു തർക്കാന്നും പറഞ്ഞ് അങ്ങോട്ട് പോയിട്ട് രണ്ടാഴ്ച്ച കഴിഞ്ഞു. പെരുന്നാളിനിങ്ങെത്തുമെന്നാ തോന്നുന്നത്..."

അവൻ അമ്മച്ചിയുടെ അടുത്തേക്ക് വന്നിട്ട് പറഞ്ഞു: "കുറച്ച് നാളു മുമ്പ് കത്രീനാന്റെ ഒപ്പ് മുദ്രക്കടലാസില് മേടിച്ചോണ്ട് പോയിരുന്നു അപ്പൻ."

ഏലിയാമ്മ അവനെ അന്തമില്ലാത്ത ഒരു നോട്ടം നോക്കി കുറേനേരം നിന്നു. വറീതുമാപ്ലയുടെ വഴികളൊക്കെ വീണ്ടും ദുരൂഹമാകുന്നത് അവരറിഞ്ഞു തുടങ്ങി. എല്ലാവരും പള്ളിലോട്ട് പോകുമ്പോഴും ഏലിയാമ്മ വറീതിനുവേണ്ടി കാത്തിരിക്കുകയായിരുന്നു. നിരാശയോടെ ഏറെ വൈകിയാണവർ പള്ളിയിലെത്തിയത്. പ്രാർത്ഥനാവേളയിൽ തൊട്ടടുത്തിത്തിരുന്ന വയറ്റാട്ടിത്തള്ള പതുക്കെ പിറുപിറുത്തു.

"എന്തിയേടീ നിന്റെ കെട്ടിയോൻ ഏടാകൂടത്തിലെങ്ങാനും പെട്ടോ... കുറുക്കനാ അവൻ. ചെയ്ത പാപത്തിനൊക്കെ പ്രായശ്ചിത്തം ചെയ്യാമ്പറയണം അവനോട്."

തങ്ങളുടെ മഹാരഹസ്യം സൂക്ഷിക്കുന്ന അവരോട് പ്രതികരിക്കാൻ നിലക്കാതെ ഏലിയാമ്മ പ്രാർത്ഥിച്ചു.

"ഏലിയാമ്മോ.. പെരുന്നാളായിട്ട് വറീതിനെ പള്ളീലോട്ട് കണ്ടില്ലല്ലോ..."

ഫാദറിന്റെ ചോദ്യത്തെ വിളറിയ ചിരികൊണ്ട് തടുത്തിട്ട് ഏലിയാമ്മ നല്ലൊരു ഭാര്യയുടെ വാക്കുകൾ പുറത്തേക്കെടുത്തു.

"അങ്ങേര് നാട്ടിലേക്ക് പോയിരിക്കുവാ അച്ചോ... സ്വത്തു കാര്യം തീർക്കാനാ..."

പെരുന്നാള് കഴിഞ്ഞ് രണ്ട് ദെവസം കഴിഞ്ഞ് കത്രീനയും കുടുംബവും പോകാനായി ഒരുങ്ങിയിരിക്കുമ്പോഴാണ് പറമ്പിന്റെ താഴെയുള്ള റോഡിൽ ഒരു വണ്ടി വന്നു നിന്നത്. വഴിക്കണ്ണുമായി നിന്ന ഏലിയാമ്മ ഏന്തിവലിഞ്ഞു നോക്കിയിട്ടു പറഞ്ഞു:

"അപ്പൻ വന്നു കത്രീ..."

കത്രി ഒരു മൂളൽ കൊണ്ടു പോലും പ്രതികരിച്ചില്ല. മുറ്റത്തേക്ക് കയറിവന്ന വറീതു മാപ്ലയുടെ കൂടെ ഒന്നു രണ്ടു പേരും രണ്ടു കുട്ടികളുമുണ്ടായിരുന്നു. ഏലിയാമ്മ കൊച്ചുങ്ങളെ കണ്ടതും,

"ന്റെ കർത്താവേ... കത്രിപ്പെണ്ണ് ചെറുപ്പത്തിലുണ്ടായതു പോലെ..."

അമ്മച്ചിയുടെ ആത്മഗതത്തിലെ നിലവിളി കേട്ട് കത്രീന കോലായിലേക്കിറങ്ങി വന്നു. അപ്പന്റെ പിറകിൽ പരുങ്ങി നില്ക്കുന്ന കുട്ടികളെ അവൾ കണ്ടു.. കുട്ടികൾ അവളേയും. ഏലിയാമ്മ തീയ്യിൽ ചവുട്ടിയതു പോലെ നിലവിളി വായിലൊതുക്കി. വന്ന ആളുകളെ പറഞ്ഞു വിട്ട് വറീതുമാപ്ല അകത്തേക്ക് കയറിപ്പോയി. മുറ്റത്തു നില്ക്കുന്ന ഇരട്ടക്കുട്ടികളെ തുറിച്ചു നോക്കിനിന്ന കത്രീനയോട് ഭർത്താവ് ജോസഫ് ചോദിച്ചു.

"നമുക്ക് പോണ്ടേ കത്രീ..."

കത്രീനയെപ്പോലെ മിടുക്കിയായ ഭാര്യയെ കിട്ടിയതു മുതൽ അയാൾ ഉല്ലാസവാനായിരുന്നു. അയാളുടെ മക്കൾക്കും അമ്മച്ചിയായി തെളിഞ്ഞു വരികയായിരുന്നു കത്രി. മുറ്റത്തെ ആത്തമരത്തിൽ കാക്കകൾ ഉറക്കെ അലച്ചു കൊണ്ടിരുന്നു. ജോസഫ് കല്ലെടുത്ത് അതിനെ ഓടിക്കാൻ ശ്രമിച്ചു. അവറ്റകൾ ഒരു മരത്തിൽ നിന്നും മറ്റൊന്നിലേക്ക് പോയതല്ലാതെ സ്ഥലം വിട്ടില്ല. കത്രീന മുറ്റത്തേക്കിറങ്ങി കുഞ്ഞുങ്ങളെ ചേർത്തുപിടിച്ചു അലറി വിളിച്ചു.

"മക്കളേ...ന്റെ മക്കളേ.."

മക്കൾ രണ്ടും പകപ്പോടെ എല്ലാരേയും നോക്കിനില്ക്കുമ്പോൾ കത്രീന ഉറക്കെ പറഞ്ഞു;

"ജോസഫേട്ടൻ നിങ്ങടെ മക്കളെയും കൊണ്ട് പോയ്ക്കോ.. എനിക്കിവരെ നോക്കാനുള്ളതാ..."

ജോസഫിന്റെ അന്ധാളിപ്പ് ആരും ശ്രദ്ധിച്ചില്ല. വറീതുമാപ്ള അകത്തു നിന്നും വിളിച്ചു.

"ഇത്തിരി തണുത്ത വെള്ളമിങ്ങെടുത്തേ ഏലിയാമ്മേ..."

കത്രീന കുട്ടികളെയും കൊണ്ട് അകത്തു കയറി വാതിലടച്ചു. ഉഷ്ണക്കാറ്റിൽ വിറച്ചുതുള്ളുന്ന തെങ്ങോലത്തുഞ്ചത്ത് ഓന്ത് ഏന്തിവലിഞ്ഞു നോക്കുന്നതു കണ്ട് ഒരു പ്രാപ്പിടിയൻ ചാട്ടൂളി വരവ് നടത്തിയെങ്കിലും ഫലിച്ചില്ല. ഓലക്കടിയിലേക്ക് മറഞ്ഞ് അത് നിറം മാറ്റിക്കളഞ്ഞു. അടഞ്ഞ വാതിലിലേക്കും വറീതിന്റെ മുഖത്തേക്കും മാറി മാറി നോക്കുന്ന ഏലിയാമ്മ മരത്തിലിരുന്നു ചിറകിട്ടടിക്കുന്ന കാക്കക്കൂട്ടങ്ങളെ എറിഞ്ഞോടിക്കാൻ കഴിയാതെ വെറുതെ നിന്നു.

•

# ഒരിന്ത്യൻ അടിമക്കഥ

ഗുഹാമുഖം പോലെ ഇരുണ്ടു കിടക്കുന്ന കാടകത്തിൽ നിന്നും കാശി പുറത്തേക്കിറങ്ങിയത് വയറ് കത്തിയെരിഞ്ഞപ്പോഴാണ്. ഇലപ്പടർപ്പുകൾക്കിടയിൽ ഒളിഞ്ഞും തെളിഞ്ഞും നോക്കിക്കൊണ്ടാണ് വിണ്ടു കീറി ചെലമൊലിക്കുന്ന കാലുകൾ കാശി കരിയിലകൾക്കു മീതേ വച്ചത്. ഇടയ്ക്ക് തിരിഞ്ഞു നോക്കിക്കൊണ്ടിരുന്നത്, ശങ്കരിയും ചെക്കനും കൂടെ ഉണ്ടോ എന്നറിയാനാണ്. തന്റെ നീക്കങ്ങൾ ശ്രദ്ധിച്ചു കൊണ്ട് ഒരു വലിയ മരത്തിന്റെ വേരുകൾക്കിടയിൽ പതിഞ്ഞിരിപ്പാണ് അവര്.

"അണ്ണാ... നോക്കിക്കോണേ... കഷ്ടത്തിലാവല്ലേ..."

അവളുടെ കണ്ണുകൾ സംസാരിക്കുന്നത് തനിക്ക് കേൾക്കാം. ചെക്കൻ മൂക്കളയൊലിപ്പിച്ച് ശങ്കരിയുടെ ഇടിഞ്ഞു തൂങ്ങിയ മുല ചപ്പുകയാണ്. അവൻ ദേഷ്യത്തോടെ കുഞ്ഞു കൈകൊണ്ട് അവളുടെ മുലയിൽ തല്ലുന്നതും കണ്ടു. പാല് കിട്ടാത്തതിന്റെ ഈറ അവന്റെ മുഖത്തുണ്ട്. രണ്ട് ദെവസമായി അവളും താനും എന്തെങ്കിലും തിന്നിട്ട്. ചെക്കനെങ്ങാനും നെലവിളിച്ചാൽ തീർന്നു തങ്ങളുടെ ഗതി.

"പഗോതീ.. രെച്ചിക്കണേ..."

ഒരാന്തലോടെയാണ് അവൻ വിളിച്ചു പോയത്. ആ ഒച്ച ആരെങ്കിലും കേട്ടോ എന്നവൻ പേടിച്ചു. മുണ്ടിൽ ഉടക്കിയ മുള്ളുകൾ അടർത്തി കുറച്ചുകൂടി മുന്നോട്ടു പോയി നോക്കി. പിന്തുടരുന്നവരാരും അരികത്തൊന്നുമില്ലെന്ന് തോന്നി. എവിടെച്ചെന്ന് ഒളിച്ചാലും കഴുകന്മാരെപ്പോലെ ചിലർ തങ്ങളുടെ പിന്നിലെത്തുന്നത് കാശി വെറുപ്പോടെ ചിന്തിച്ചു. രക്ഷപ്പെടലുകൾ അത്ര എളുപ്പമല്ലെന്ന് ബോധ്യം വന്ന ദിവസങ്ങളാണ് അവൻ നേരിട്ടു കൊണ്ടിരുന്നത്. തനിക്കൊരു മനുഷ്യനായി ജീവിക്കണമെന്ന തോന്നലുകൾ അവനെ കൊണ്ടെത്തിച്ചതാണീ കാടകത്തിൽ..

ഗൗണ്ടർ സ്വാമിയുടെ ഗുണ്ടകളുടെ തുറുകണ്ണുകൾക്കുമുന്നിൽ നിന്നും രക്ഷപ്പെട്ടോടുമ്പോൾ ശങ്കരിയുടെ പുറത്തെ മാറാപ്പിൽ ചെക്കൻ നല്ല ഉറക്കമായിരുന്നു. അവളുടെ ശരീരം ചേർത്തുപിടിച്ച് അടിമക്കോളനിയുടെ പുറത്തേക്കിറങ്ങുമ്പോൾ , പനയോല മേഞ്ഞ കൂരകളൊക്കെ ഉറക്കത്തിന്റെ അഗാധതയിലായിരുന്നു. പകലന്തിയോളം പണിത ദുരിതക്ഷീണം തല്ലിയുറക്കിയിരിക്കുകയാണ് എല്ലാവരെയും .നേരിയ നിലാ

വ്, ഭൂതക്കണ്ണാടിയുമായി ഇരിക്കുന്ന ഗൗണ്ടരുടെ ആളുകളുടെ കണ്ണുകളെയും മയക്കിയതായി തോന്നി. ഒരിലയനക്കം പോലും കേൾപ്പിക്കാതെ പൂച്ചനടത്തം ചെയ്യുമ്പോൾ നെഞ്ച് പടപടാന്ന് പറകൊട്ടി.

കാശി മരത്തിൽ മറവിൽ നിന്നു കൊണ്ടു തന്നെ രണ്ടു മൂന്നു നാഴികയ്ക്കപ്പുറം സംഭവിച്ചതിനെക്കുറിച്ച് നടുക്കത്തോടെ ചിന്തിച്ചു.... ഒരിരമ്പം കേട്ടതു മാത്രമേ ഓർമ്മയുള്ളു. ശങ്കരിയുടെ കൈ പിടിച്ച് ചീറ്റകളെ മാതിരി ഓടിയതും വലിയൊരു കുഴിയിലേക്ക് ഇടിഞ്ഞു വീഴുകയായിരുന്നു. വീഴ്ചയോടെ അന്തമല്ലാത്ത ഭയം വന്നു കുഴിയിൽ നിറഞ്ഞു. ചെക്കനുണർന്നു. ശങ്കരിയുടെ ശരീരം തന്റെ ദേഹത്തേക്കാണ് വീണമർന്നത്. ചെക്കന്റെ ഓരിക്കരച്ചിലിൽ എല്ലാം അവസാനിച്ചെന്ന് കരുതിയതാണ്. പക്ഷേ വീഴ്ചയിൽ, അവളുടെ കുപ്പായത്തിന്റെ കൊളുത്തു പൊട്ടി പുറത്തേക്ക് ചാടിയ മുലയെടുത്ത് ചെക്കന്റെ വായിലേക്ക് തിരുകിക്കൊടുത്തു. അതോടെ കരച്ചിൽ മറന്ന ചെക്കൻ ഞെരങ്ങുക മാത്രം ചെയ്തു. ഓടി മറയുന്ന ഗൗണ്ടരുടെ ആൾക്കാർ ഇരുട്ടിൽ അലറുന്നത് കേൾക്കാമായിരുന്നു.

“എടാ... ഇരുളാ... ചെറ്റക്കഴുവേറീ...”

ആ അലർച്ചയിൽ തന്റെ ശക്തി പാതിയായി തളരുന്നതറിഞ്ഞു. സമുദായപ്പേരിലാണ് ഗൗണ്ടർ അടിമകളെ വിളിക്കാറുള്ളത്. അയാളുടെ മുന്നിൽ ചെല്ലുന്ന തൊഴിലാളികളെ പുഴുത്തപട്ടികളെപ്പോലെ നോക്കിയാണ് “എടാ ഇരുളാ...” എന്ന് വിളിക്കുക. അതു കേട്ടു വളർന്ന അയാളുടെ ഗുണ്ടകളും അതേറ്റു വിളിക്കുന്നു. തനിക്ക് തന്റെ അപ്പനിട്ട “കാശി” യെന്ന പേര് ഊരിലുള്ളവർ മാത്രേ വിളിച്ചിരുന്നുള്ളു. ഇവിടെ ഗൗണ്ടരുടെ അടിമപ്പണി ചെയ്തു തുടങ്ങിയപ്പോൾ ആ പേര് താൻ പോലും മറന്നു പോയി. കാട്ടിനകത്തെ ജീവിതം മാത്രം ജീവിച്ചവർക്ക് അതിനകത്തെ വിഭവങ്ങളും ഇരുട്ടും മാത്രമേ സ്വന്തമായുണ്ടായിരുന്നുള്ളു. ഇരുണ്ട ജീവിതവും തൊലിയുടെ കരുവാളിപ്പും എതിരിടാനുള്ള ശേഷിക്കുറവും ചേർന്ന് സമുദായത്തിനും ഇരുളർ എന്ന പേരും പതിഞ്ഞു കിട്ടി. കാശീന്ന് അമ്മ വിളിച്ചതു പോലൊരു വിളി കേൾക്കാൻ കൊതിച്ചിട്ട് എത്ര കൊല്ലമായി. ഇതുപോലെ ഏതോ അടിമപ്പാളയത്തിൽ ജീവിതമവസാനിക്കുമ്പോൾ അവർ മനസ്സിളക്കത്തിന്റെ കറുത്ത ഗുഹയിലകപ്പെട്ടിരുന്നു. ഓർത്തോർത്തിരുന്നപ്പോൾ കാരമുള്ളേറ്റ് പറിഞ്ഞതു പോയ ഉടുമുണ്ടു പോലെയായി മനസ്സ് പിറ്റേന്ന് കണ്ണു തുറന്നപ്പോഴും കുഴിയിൽ തന്നെ കിടക്കുകയായിരുന്നു. കൂടെ ശങ്കരിയും ചെക്കനും. അവരെ പതുക്കെ ഉണർത്തി കരയിലേക്ക് കയറ്റി അടുത്തു കണ്ട ഇല്ലിക്കാട്ടിലേ

ക്ക് ഇഴഞ്ഞുനീങ്ങി. കാട്ടിൽ കണ്ട എന്തൊക്കെയോ കായ്കൾ പറിച്ചു തിന്നു. വയറുകാളുമ്പോൾ മുന്നിൽ കാണുന്നതൊക്കെ വിശപ്പാറ്റാനുള്ളതു തന്നെ... കാട്ടുമരത്തിൽ തമ്പടിച്ചിരുന്ന കുരങ്ങന്മാർ എന്തൊക്കെയോ ശബ്ദിക്കുന്നുണ്ടായിരുന്നു. നുഴഞ്ഞു കയറിയ മനുഷ്യരോടുള്ള വെറുപ്പാണോ എന്തോ?

ഗൗണ്ടറുടെ അടിമയായതിനെക്കുറിച്ച് ഒരെത്തുംപിടിയും കിട്ടുന്നില്ല. അപ്പനാണ് അയാളുടെ കടക്കാരനായത്. പക്ഷേ അപ്പന്റെ കൂടെ അടിമവേല ചെയ്യുമ്പോഴും അറിയില്ലായിരുന്നു വലിയ ചതിയുടെ കഥ. പതിനായിരം രൂപയാണ് അപ്പൻ അയാളോടു കടം വാങ്ങിയത്. നീണ്ട പത്തു വർഷത്തിനിപ്പുറത്തും കടം കടമായിട്ടു തന്നെ നിന്നു. പറഞ്ഞ സമയത്ത് തീർത്തു കൊടുക്കാനാവാത്തപ്പോൾ തന്റെ തോട്ടത്തിൽ പണിയെടുത്ത് തീർക്കണമെന്ന കരാറിലാണ് അയാളുടെ തോട്ടത്തിലെത്തിയത്. എന്നാൽ അവിടത്തെ പണി എത്ര കൊല്ലം ചെയ്തു എന്ന് അപ്പന്റെ ഓർമ്മകളിൽ നിന്നും മാഞ്ഞു തുടങ്ങിയിരുന്നു....പകലന്തിയോളം പണിയെടുക്കുക എന്നതൊഴിച്ചാൽ അടിമകൾക്ക് മറ്റൊരു ചിന്തകളും പ്രവൃത്തികളും പാടില്ലെന്നാണ് മുതലാളിമാരുടെ മനോഭാവം.

ഇഷ്ടികച്ചൂളയിലെ തീപ്പണിക്ക് നിയോഗിക്കപ്പെട്ടപ്പോഴും ഗൗണ്ടർ പറഞ്ഞത് തീരാത്ത കടത്തിന്റെ കണക്കു തന്നെയായിരുന്നു. കുടുംബത്തേയും തന്റെയൊപ്പം അപ്പൻ പണിക്ക് കൂട്ടി. എത്രയും വേഗം തീർത്ത് കാടുകയറാനായിരുന്നു അപ്പൻ കൊതിച്ചത്. കൊതിപ്പിക്കുന്ന സ്വപ്നമായി അപ്പന്റെ മനസ്സിൽ കാട് പൂത്തു കിടക്കുന്നുണ്ടായിരുന്നു. നാട്ടിലിറങ്ങി പണിയെടുത്ത നിമിഷങ്ങളെ അപ്പൻ പ്രാകിത്തീർത്തു. എന്നാൽ ഏത് പണിക്കും തീർത്തു കൊടുക്കാനാകാത്ത കടത്തിന്റെ കെണി പൊട്ടിച്ചെടുക്കാനായി ഗൗണ്ടർ പറഞ്ഞ മറ്റൊരു പണിയും അപ്പന് ഏറ്റെടുക്കേണ്ടി വന്നു. കാടിനടുത്ത് വിറക് വെട്ടി കൂട്ടാനുള്ള പണിയായിരുന്നു അത്. കാടിന്റെ ഗന്ധമേറ്റ് ആവേശം കൊണ്ടെങ്കിലും ഗൗണ്ടറുടെ ചാരക്കണ്ണുകൾക്കു മുമ്പിൽ എല്ലാവരും എല്ലുമുറിയെ പണിയെടുത്തു. പണിക്കൂലിയായി കിട്ടിയ നക്കാപ്പിച്ച പട്ടിണിയല്ലാതെ മറ്റൊന്നും നല്കിയില്ല... കടക്കാരാകുന്ന ആളുകളൊക്കെ ഗൗണ്ടറുടെ പണിയിടങ്ങളിലേക്ക് വന്നു തുടങ്ങിയതാണ് പിന്നീട് അപ്പൻ കണ്ടത്. ഇത്രയധികം ആളുകൾ അയാളുടെ കടക്കാരനായതെങ്ങനെയെന്ന് അപ്പനറിയില്ല. അറിഞ്ഞത് ഒന്നു മാത്രം, എല്ലാവരും അടിമകളായിരിക്കുന്നു... കടം വീട്ടുന്നതു വരെ... പക്ഷേ ആരും കടം വീട്ടുകയോ സ്വന്തം നാട്ടിലേക്ക് മടങ്ങുകയാ ചെയ്തില്ല. അവരൊക്കെ ഇരുളന്മാരു തന്നെയായിരുന്നു എ

ന്ന് പറഞ്ഞു തന്നതും അപ്പനായിരുന്നു.

"ദെയ് വങ്ങളേ... ഇരുളർക്ക് ആരും തുണയില്ലാണ്ടായല്ലോ... വാക്കും മറുവാക്കമില്ലാണ്ടായല്ലോ... കടം വീട്ടാത്തോരായി ഒടുങ്ങാനാണല്ലോ ഭഗോതീ തലയിലെഴുതീത്...അയ്യാള് കണക്കെഴുതി പറ്റിക്കാൻ തൊടങ്ങീറ്റ് കൊല്ലം പത്തായില്ലേ..."

അപ്പന്റെ ചില നേരത്തെ നെലവിളികളാണ് ഇരുളന്മാരുടെ ഭൂതകാലം തുറന്നിട്ടത്. ഓർമ്മയുള്ള കാലത്തും കുട്ടികളും വല്യ ആളുകളും ഒരു പോലെ പണിയെടുത്തു. രോഗം വരുമ്പോഴും പട്ടിണി കിടക്കുമ്പോഴും പണിയെടുത്തിട്ടുണ്ട്. എന്നാലും തീർപ്പാകാത്ത കടമാണല്ലോ അപ്പനപ്പൂപ്പന്മാര് വാങ്ങിയതെന്നോർക്കുമ്പോൾ കാശിക്ക് സ്വയം വെറുപ്പ് തോന്നും...

"എന്താടാ ഇരുളാ.. നോക്കിപ്പേടിപ്പിക്കണ്ടാ..നീയൊക്കെ എന്റെ അടിമയാ ഈ ഗൗണ്ടറുടെ അടിമ..."

ഇങ്ങനെ തന്നെയും ഭീഷണിപ്പെടുത്താറുണ്ട്. എതിരൊന്നും ചെയ്തില്ലെങ്കിലും പറഞ്ഞില്ലെങ്കിലും അയാളിങ്ങനെ ഇടയ്ക്കിടെ ഓർമ്മിപ്പിച്ചു കൊണ്ടിരിക്കും. വയറുവെന്ത് നെലവിളിക്കുന്ന മക്കൾക്കു മുന്നിൽ കൈമലർത്തുന്ന അമ്മമാരുടെ കണ്ണിൽ കത്തിനിന്ന കനലൊക്കെ ക്രമേണ കെട്ടുപോകുന്നതറിഞ്ഞു. ഗൗണ്ടറുടെ ആൾക്കാരുടെ തോന്ന്യാസങ്ങളൊക്കെ കണ്ട് ആകെ വശം കെട്ടുപോയ ആണും പെണ്ണും പരസ്പരം ഒന്നും പറയാതിരുന്നു. പകലറുതിയില് കൂരയിലെത്തി പെണ്ണുങ്ങളെ വലിച്ചിറക്കി കാട്ടിലേക്ക് മറയുന്നതും ആണടിമകൾ വെറുതെ നോക്കി നിന്നു. പെണ്ണിന്റെ മാനം കാട്ടിലെവിടെയോ തളർന്നു വീഴുമ്പോൾ താനും പല്ലുഞെരിച്ചു. അപ്പോഴും അപ്പൻ പറയും,

"എടാ കാശീ... പത്തു കൊല്ലം മുമ്പ് വാങ്ങിയ കാശ് കൊടുത്തു തീർത്തിട്ടില്ല. ഗൗണ്ടറ് മതീന്ന് പറേന്നതു വരേയ്ക്കും നമ്മള് പണിയെടുക്കണം... മാനം നോക്ക്യാല് ജീവൻ കിട്ടൂല."

വിദൂരതയിൽ കണ്ണുകൾ ഉടക്കി അപ്പനതു പറയുമ്പോൾ ഞരമ്പുകൾ തുള്ളുന്നത് കാശി കണ്ടു. അപ്പന്റെ മനുഷ്യജീവിതം ഇങ്ങനെയായതിൽ വെറുപ്പും സങ്കടവും കൊണ്ട് പുളയുന്നത് അറിയുന്നുണ്ട്. അടുത്ത തലമുറയിലേക്കും തന്റെ അടിമത്തത്തിന്റെ വേരുകൾ പടരുന്നതിൽ നിരാശ കുടിച്ചിരിപ്പാണ്. അപ്പനൊരിക്കലും ഈ മുള്ളുവേലി ചാടിക്കടക്കാനാകില്ലെന്ന് കാശിക്ക് ബോധ്യമായി.

ഒരു ഉൾപ്രേരണ കൊണ്ടാണ് അവിടെ നിന്നും ഓടിപ്പോകാൻ തീരുമാനിച്ചത്. പണ്ട് രണ്ടാം ക്ലാസ് വരെ സ്കൂളിൽ പോയത് കാശി ഓർ

ത്തെടുത്തു. ഇന്ത്യ എന്റെ രാജ്യമാണ് എന്നു പറയുമ്പോൾ ഏറ്റു ചൊല്ലിയതും അവനോർത്തു. എല്ലാവരും ബന്ധുക്കളാണെന്ന് വാധ്യാര് പറഞ്ഞതു കേട്ട് മനസ്സിലായില്ല. അപ്പനാണ് പറഞ്ഞു തന്നത് വലിയ ലഹളയ്ക്കു ശേഷമാണ് നമ്മള് ഇന്ത്യക്കാരായതെന്ന്. പക്ഷേ അപ്പൻ പറഞ്ഞതു കേട്ടു എന്നല്ലാതെ അർത്ഥമൊന്നും തിരിഞ്ഞില്ല. അപ്പനോടൊപ്പം ഗൗണ്ടറുടെ അടിമയായ കാശിക്ക് എന്ത് സ്വാതന്ത്ര്യം?.

ശങ്കരിയുടെ ചെവിയില് മാത്രം പറഞ്ഞു, നമുക്ക് ഒരിടം വരെ പോകണമെന്ന്. അവൾ ഭയന്ന് നിലവിളിച്ചു. പക്ഷേ തന്റെ കൈകൾ ആശബ്ദത്തെ അടച്ചു പിടിച്ചപ്പോൾ അവൾ വിറയ്ക്കുന്നുണ്ടായിരുന്നു. എങ്കിലും അവളുടെ കണ്ണുകളിലേക്ക് പതുക്കെ കടന്നുവരുന്ന പൂത്തിരിവെട്ടം കണ്ടു. അതു മാത്രമാണ് ധൈര്യം തന്നത്. മുൻകൂട്ടിയൊന്നും പറഞ്ഞിരുന്നില്ല. അങ്ങനെ വരുമ്പോൾ കൂട്ടലും കിഴിക്കലുമായി മനസ്സ് ശല്യം ചെയ്യും. എല്ലാവരും ഉറങ്ങിയ നേരത്ത് ഇത്തിരി നെലാവെട്ടം അവിടവിടെ തെറിച്ചു കിടക്കുന്നത് കണ്ടു കൊണ്ട് പതുക്കെ അവളുടെ കൈ പിടിച്ചു. അത്രയേ മുന്നൊരുക്കമുണ്ടായുള്ളു.

കാട്ടു പടർപ്പുകൾക്കപ്പുറത്ത് ആരുമില്ലെന്ന് ഉറപ്പായതോടെ ശങ്കരിയോട് വരാൻ ആംഗ്യം കാട്ടി. ഇവിടുന്ന് കിഴക്കോട്ട് പോയാൽ ഗ്രാമത്തിലെത്താനുള്ള വഴിയറിയാം കാടിന്റെ മറപറ്റി സഞ്ചരിക്കണം. എവിടെയെങ്കിലും പോയി പണിയെടുത്ത് ജീവിക്കണം. മുമ്പ് ഗൗണ്ടറെ കാണാനെത്തിയ രാഷ്ട്രീയക്കാരനാണ് മനസ്സില് വെളിച്ചം കാട്ടിയത്. അയാൾ ഗൗണ്ടറോട് ഒച്ചവയ്ക്കുന്നത് മരത്തിനു പിറകിൽ മറഞ്ഞു നിന്നാണ് കേട്ടത്.

"ഏയ്... ഗൗണ്ടറേ... ഇന്ത്യയ്ക്ക് സ്വാതന്ത്ര്യം കിട്ടീട്ട് കൊല്ലം പത്തെഴുപത് കഴിഞ്ഞൂന്നറിയോ.. നിങ്ങളിപ്പോളും ആളുകളെ അടിമപ്പണി ചെയ്യിക്കുന്നത് പുറത്തറിഞ്ഞാൽ ജയിലില് കെടക്കേണ്ടിവരും... നിങ്ങടെ കൊറച്ച് പണം എന്റെ കയ്യിലായിപ്പോയി.. അതുകൊണ്ടാ എന്റെ മിണ്ടാട്ടം മുട്ടീത്... പക്ഷേ മറ്റാരെങ്കിലുമറിഞ്ഞാല് കാര്യം പോക്കാണ്..."

ഗൗണ്ടർ ചുറ്റുപാടും നോക്കിക്കൊണ്ട് അയാളോട് അലറി ...

"ഫ്ഫാ... ആരറിയാനാ... നേതാവിനറിയോ കാര്യം... എന്റെ രോമത്തില് തൊടില്ല ആരും... ഇവര് തരാനുള്ള കാശ് നിങ്ങള് തര്വോ... വെറ്തെ കാശും വാങ്ങിപ്പോകുന്ന നിങ്ങൾക്കൊന്നും ഇത് മനസ്സിലാവൂല..."

രാഷ്ട്രീയക്കാരൻ പിന്നൊന്നും മിണ്ടാതെ വണ്ടിയിൽ കയറിപ്പോകുന്നതാണ് കണ്ടത്. തൊഴിലാളികളെ കാണാനോ മിണ്ടാനോ അയാൾക്ക് അനുവാദം കിട്ടിയില്ല. വോട്ട് ചോദിക്കാൻ വന്നതായിരിക്കും. പക്ഷേ

ഗൗണ്ടറ് അതിന് സമ്മതിക്കൂലാന്ന് അയാൾക്കുമറിയാം. വോട്ടു ചെയ്യാൻ പുറത്തിറക്കിയാൽ തങ്ങളുടെ അടിമത്തം വിളിച്ചു പറഞ്ഞാലോ... ഒരു പറ്റം ഇരുളരുടെ ഇരുണ്ട ജീവിതത്തിലേക്ക് വെളിച്ചത്തിന്റെ പരൽമീനുകൾ നീന്തിക്കയറിയാലോ.. അതാണയാൾ ഭയപ്പെട്ടത്...

ഗ്രാമത്തിലെത്താൻ ഇനി ഒരു നാഴിക മതിയാവും... ഇത്ര നേരവും അനുഭവിച്ച ക്ലേശം കുറേശ്ശ മറന്നു പോയതു പോലെ...പെട്ടെന്നാണ് ഒരു ജീപ്പ് മുന്നിൽ വന്നു നിന്നത്. അതിനകത്തുള്ള ആളുകൾ ആരെന്നു തിരിച്ചറിഞ്ഞപ്പോൾ പിടഞ്ഞു പോയി... ഗൗണ്ടർ സ്വാമിയുടെ ആളുകൾ... രക്ഷപ്പെട്ട കാശിയെത്തേടി പരക്കം പാഞ്ഞ അതേ ആളുകൾ.

മറ്റൊരു തൊഴിൽപ്പാളയത്തിലേക്ക് കൊണ്ടിറക്കുമ്പോൾ കാശിയുടെ കഴുത്ത് ഞെരിച്ചു കൊണ്ടു പറഞ്ഞു;

“ഇനി മേലിൽ ആവർത്തിക്കേണ്ട...”

പിന്നീട് അപ്പനെയോ ബസുക്കളെയോ കാണാനാകാത്തതിന്റെ നൊമ്പരം നെരിപ്പോടുപോലെ നെഞ്ചിൽപുകഞ്ഞു. കിഴക്ക് വെള്ള കീറുമ്പോൾ മുതൽ അരിമില്ലിൽ പണിക്ക് കയറുമ്പോൾ അന്തിയാകുന്നതു വരെ നടു നിവർക്കാൻ സമയമില്ല. ശങ്കരിയെയും തന്നെയും നോക്കാൻ ചില ആളുകളെ നിർത്തിയിരിക്കുകയാണ്. അഞ്ചാം പനി വന്ന ചെക്കനെ മാറാപ്പിലിട്ട് ശങ്കരി നെല്ല് കൊട്ടയിൽ ചുമന്ന് നടന്നു. ഒന്നരവയസ്സുള്ള അവനെ ഉമിയും പൊടിയും നിറഞ്ഞ സ്ഥലത്ത് കെടത്താനും പറ്റിയില്ല. ചാളയിൽ ഒറ്റയ്ക്കിട്ട് പോരാനും പറ്റില്ല. ഇന്നലെ പനി ജാസ്തിയായ ചെക്കനെ കെട്ടിപ്പിടിച്ച് ശങ്കരി കരഞ്ഞു.

“ഡോക്ടരെ കാണിക്കണം കാശീ...”

അവളുടെ ദയനീയമായ കരച്ചിൽ കരള് പൊള്ളിച്ചു. നേരം വെളുക്കട്ടെ എന്ന തന്റെ മറുപടി അവൾക്ക് ദഹിച്ചില്ല. അമ്മമനസ്സ് തകിടം മറിഞ്ഞ് കിടക്കുകയാണ്. നേരം വെളുക്കുമ്പോൾ തന്നെ ഗൗണ്ടറുടെ മാളികമുറ്റത്ത് ചെന്നു.

“ചെക്കന് പനി ജാസ്തിയാണ് ഡോക്ടറെ കാണിക്കണം. ഇത്തിരി പണം വേണം...”

കോലായിൽ കടലാസ് മറിച്ചുകൊണ്ടിരുന്ന ഗൗണ്ടർ അത് നീക്കി വച്ച് വായ്ക്കകത്തെ മുറുക്കാൻ കോളാമ്പിയിലേക്ക് തുപ്പിയിട്ട് ചാടിയെണീറ്റു.

“പോയി പണിയെടുക്കെടാ... ഇരുളാ...”

വാക്കിന് മറുവാക്കില്ലാത്ത നാവ് പിഴുതെടുക്കപ്പെട്ട ഇരുളനാണ് തന്നെന്നറിഞ്ഞപ്പോൾ പതുക്കെ പിന്തിരിഞ്ഞു. ചെക്കനെ ഡോക്ടറുടെ അ

ടുത്തു കൊണ്ടു പോകാൻ കാത്തിരുന്ന ശങ്കരി തന്റെ വർത്തമാനം കേട്ട് അലറിക്കരഞ്ഞു. അന്നവൾ പണിക്കിറങ്ങാതെ മകനെ കെട്ടിപ്പിടിച്ച് ഇരിപ്പായി. ചെക്കനെ തളർത്തുകയും തലോടുകയും ചെയ്ത പനിക്ക് ശങ്കരി തനിക്കാവുന്നതു പോലെ പരിഹാരവും കാണുന്നുണ്ടായിരുന്നു. പിറ്റേന്നുണർന്നപ്പോൾ ശങ്കരിയുടെ മുല വായിൽ വച്ച് അനക്കമറ്റ് കിടക്കുന്ന മകനെ കാശി കണ്ടു. ക്ഷീണത്താൽ ഉറങ്ങിപ്പോയ അവളെ തട്ടിയുണർത്തുമ്പോൾ ശീതക്കാറ്റ് വന്ന് ചാളയെ വിറപ്പിക്കുകയായിരുന്നു.

"എന്റെ മോനേ..."

എന്ന വിളിയോടെ ബോധം മറിഞ്ഞ ശങ്കരിയെ ചേർത്തുപിടിച്ചു. അലമുറ കേട്ട് ഓടിയെത്തിയ പണിക്കാരൊക്കെ മുഖഭാവം കൊണ്ട് സങ്കടവും നിരാശയും കാണിച്ചു. തഞ്ചി നിന്ന അവരെ ഗൗണ്ടറുടെ ആളുകൾ പണിസ്ഥലത്തേക്ക് തെളിച്ചു കൊണ്ടു പോയി. ഉച്ചയായപ്പോൾ കാശി ഗൗണ്ടറുടെ മാളികമുറ്റത്തേക്ക് കയറിച്ചെന്നു. കുറേ സമയം ക്ഷോഭവും സങ്കടവും കൊണ്ട് ഒന്നും ഉരിയാടിയില്ല. തന്റെ നിഴലിലേക്ക് മാത്രം കുനിഞ്ഞു നോക്കി ഉറക്കെ പറഞ്ഞു.

"ന്റെ ചെക്കനെ കുഴിച്ചിടാൻ രണ്ടടി മണ്ണ് തരണം..."

കണക്കെഴുത്തിൽ നിന്നും കണ്ണെടുത്ത് കാശിയെ നോക്കി അയാൾ അല്പം സാവകാശത്തോടെ പറഞ്ഞു,

"തരാലോ ഇരുളാ.. പക്ഷേ ഇപ്പോള് നീയും പെണ്ണും പോയി മില്ലില് പണിയെടുക്ക്...അത് കഴിഞ്ഞിട്ട് വാ... കാട്ടുമൂലക്ക് ഏട്യേങ്കിലും അതിനെ കുഴിച്ചിടാം..."

കരച്ചിൽ തുടച്ചെറിഞ്ഞ കാശി നിവർന്നു നിന്നു. വാക്കുകളിൽ കനം നിറയുകയാണ്... മുഖത്തേക്ക് ചോര കുതിച്ചു പാഞ്ഞെത്തുകയാണ്...

"ന്റെ ചെക്കൻ മരിച്ച്..."

വാക്കുകൾ കടും കെട്ടോടെ അടർന്നുവീഴുകയായിരുന്നു. മകന്റെ കുഞ്ഞു ദേഹം മനസ്സിൽ മരത്തടി പോലെ കെടക്ക്വാണ്. നില തെറ്റി നില്ക്കുന്ന കാശിയോട് ഗൗണ്ടർ പുച്ഛത്തോടെ ചീറ്റി...

"അതെന്ത്യാ പറഞ്ഞത്.. നെന്റെ ചെക്കൻ ഇനി എങ്ങോട്ടും ഓടിപ്പോകൂലല്ലോ.. വൈകിട്ട് ചെന്ന് കുഴിച്ചിട്ടാ മതി. പോയി പണിയെടുക്കെടാ ഇരുളാ..."

അടിമക്കോളനിയിലെ അമർത്തിയ തേങ്ങലുകളും പ്രതിഷേധവും ഒഴുകി തന്റെ സിരകളെ മത്തുപിടിപ്പിക്കുന്നത് പതുക്കെ അവൻ അറിഞ്ഞു തുടങ്ങി.

""വെള്ളക്കാര് പോയേപ്പിന്നെ ഇത് ഗൗണ്ടറുടെ രാജ്യമായീന്ന്" അ

പ്പൻ പിറുപിറുക്കുന്നത് കേട്ടതു പോലെ തോന്നി. കാലിന്നടിയിലൂടെ ഒരു ചൂട് തലച്ചോറിലേക്ക് പാഞ്ഞുകയറി... ചെക്കനെ നെഞ്ചോട് ചേർത്തു കിടത്തി ബോധം മറഞ്ഞു കിടക്കുന്ന ശങ്കരിയോട് താൻ തന്നെ പോയി പണിയെടുക്കാൻ പറയണമെന്ന്... നെറുകയിലെത്തിയ ചൂട് ലാവ പോലെ തിളയ്ക്കാൻ തുടങ്ങി. മുറ്റത്ത് തന്റെ തൊട്ടരികിൽ മണ്ണിൽ കുത്തി നിറുത്തിയ പാരയുടെ തുമ്പിലേക്ക് നോക്കിയപ്പോൾ തന്റെ തലയിലെ തീക്കനൽ അതിലേക്ക് ഒഴുകിയിറങ്ങുന്നതറിഞ്ഞു. ഒരു കുന്തമുന പോലെ പാര, ഗൗണ്ടറുടെ ഉമ്മറത്തേക്ക് ഊളിയിട്ടു.

പിന്നെന്താണുണ്ടായതെന്നു മാത്രം കാശിക്ക് ഓർമ്മയില്ല. കൂരയിലേക്ക് തിരിച്ചോടി ചെക്കന്റെ ശരീരം ഒരു നനഞ്ഞ തോർത്തു പോലെ ചുമലിലേക്കിട്ട് ശങ്കരിയെ വലിച്ചിഴച്ച് ഓടുമ്പോൾ അവൻ അപ്പനപ്പൂപ്പന്മാരുടെ ജീവിതത്തെ കാണുകയായിരുന്നു. പിന്നാലെ ആർത്തു വരുന്ന തിരമാലക്കൂട്ടത്തിന്റെ ഒച്ച അവനെ എങ്ങോട്ടെന്നില്ലാതെ ഓടിച്ചു. അപ്പോൾ ഏതോ ദിക്കിൽ നിന്നും അപ്പന്റെ ശബ്ദം കേട്ടു.

"ഞാനും നീയും ഒക്കെ മനുഷ്യൻ തന്ന്യാടാ കാശിയേ..."

ആ ശബ്ദത്തിന്റെ ഉറവിടം തേടി അവൻ തളരാതെ ഓടിക്കൊണ്ടിരുന്നു.

•

# അന്ത്യവിധിയും വെള്ളരിപ്രാവും

**പ**ള്ളിയിൽ നിന്നും ഇറങ്ങി കുഞ്ഞാറ്റയുടെ കൈ പിടിച്ച് നടക്കുന്ന സുഹൈലിന് എന്തെന്നില്ലാത്ത സങ്കടം മനസ്സിൽ നിറഞ്ഞു. കുഞ്ഞാറ്റ തന്റെ കൈയല്ല, താനാണ് കുഞ്ഞാറ്റയുടെ കൈ പിടിച്ചിരിക്കുന്നത്. അദ്ദേഹത്തിന്റെ വേഗതയ്ക്കൊപ്പമെത്താൻ പരമാവധി താൻ ശ്രമിക്കുന്നുണ്ട്. തന്നോട് ഒരു പാട് ഇഷ്ടമുള്ള കുഞ്ഞാറ്റയുടെ കൂടെ നടക്കുമ്പോൾ അവന്റെ മനസ്സിൽ നിന്നും ഒരു സംശയം തുള്ളിഞ്ഞുളുമ്പി.

"ആറ്റാ.., നമ്മള് എപ്പളും ബീഫ് തിന്നുന്നുണ്ടല്ലോ."

"ഉം..." ആറ്റ മൂളിക്കൊണ്ട് മുന്നോട്ടു നടന്നു. ചറുപിറെ വർത്താനം പറയുകയാണ് ചെക്കൻ. നൂറായിരം സംശയമായിരിക്കും അവന്. തീർത്താലും തീരാതെ പിന്നെയും ബാക്കി കിടക്കുന്ന ചോദ്യങ്ങൾ.

"അത് ശര്യാണോ ആറ്റാ..?"

കുഞ്ഞാറ്റ അവന്റെ കുഞ്ഞുവിരൽ വിടുവിച്ച് അവനെ കുനിഞ്ഞു നോക്കി. ഇച്ചെക്കനെന്തൊക്കെയാ പറഞ്ഞു വരുന്നത്. അവനെപ്പോഴുമിങ്ങനെത്തന്നെ. വായിൽ കൊള്ളാത്ത വർത്താനം പറയും..തന്റെ കൈയിൽ ഉത്തരമില്ലെങ്കിലും ചോദിക്കുന്നത് അവൻ നിർത്താനും പോണില്ല.

"ഇജ്ജ് മുണ്ടാണ്ട് വാടാ ചെക്കാ..."

അവന്റെ കുഞ്ഞാറ്റ അങ്ങനെ ഒച്ചവെച്ച് അവന്റെ ചോദ്യങ്ങളുടെ മുനയൊടിച്ചു കളഞ്ഞു. പക്ഷേ ചെക്കൻ ചിണുങ്ങിക്കൊണ്ടിരിക്കാണ്..

"ഒരു ജീവനെ വെട്ടിക്കൊന്നിറ്റ് അയിന്റെ ശരീരം നമ്മള് മനുഷ്യര് കറിവച്ച് തിന്ന്വാ.. ആരാ ഞമ്മക്ക് അതിന് അധികാരം തന്നത്...?"

കുഞ്ഞാറ്റയ്ക്ക് ദേഷ്യം വന്നു തുടങ്ങി. പെങ്ങള് പെണ്ണിന്റെ ചെക്കനായിപ്പോയി. അല്ലേല് മൊശടത്തം പറയുന്നതിന് തറുതല പറയായിരുന്നു. രണ്ടീസം ഉമ്മാന്റെ പൊരേല് വന്നു നില്കണംന്ന് പറഞ്ഞതോണ്ട് വന്നതാണ്. തിരിച്ചു വരുമ്പോൾ പള്ളീല് നിസ്കരിച്ചിട്ട് പോയാ മതീന്ന് പറഞ്ഞതു കൊണ്ടാണ് വൈകിപ്പോയത്. ചെക്കനെ ഓന്റെ പൊരേലാക്കീട്ട് വേണം തനിക്ക് തന്റെ പണിക്ക് പോകാൻ.

"എടാ സുഹൈലേ...മയ്യാലയ്ക്ക് നെന്റെ ബുദ്ധീല് മൊശട് ചിന്തയേ ബര്ത്തുള്ളൂ... നീയ് വെറും പത്തുവയസ്സുള്ള ചെക്കനാ... വല്യ ലോകകാര്യം പറയാണ്ട് വേഗം നടക്കാൻ നോക്ക്. നിന്നെ നെന്റെ പൊരേല്

കൊണ്ടാക്കീറ്റ് ബേണം എന്റെ പൊരേലെത്താൻ."

അവന്റെ മൃദുലമായ കൈപ്പത്തി ബലമായി പിടിച്ച് കുഞ്ഞാറ്റ നടന്നു. അന്നാളുടെ ഹൃദയത്തിലെന്തോ കൊളുത്തിവലിക്കുന്നതുപോലെ. ചെക്കന്റെ വർത്താനം എന്തിനാ ഇങ്ങനെ ശ്വാസം മുട്ടിക്കുന്നതെന്ന് കുഞ്ഞാറ്റയെന്ന മുഹമ്മദിന് മനസ്സിലായില്ല. പോത്തിനെ അറവുശാലയിൽ കൊണ്ടു കെട്ടുമ്പോൾ അതിന്റെ കണ്ണിലെ ഒരു പകപ്പുണ്ട്. ഭാഷ തിരിയാത്തതുകൊണ്ട് അവ മിണ്ടാറില്ലെന്ന് മാത്രം. മുഖം വെടക്കാക്കി ദുഃഖം കടിച്ചമർത്തി അവറ്റ അറവുകത്തി നോക്കിയിരിക്കും. ആ കൊടുവാള് പെട്ടെന്ന് ആകാശത്തേക്ക് അപ്രത്യക്ഷ്യമാകുകയോ ആരെങ്കിലും പിടിച്ചുമാറ്റുകയോ ചെയ്തിരുന്നെങ്കിലെന്ന് അവറ്റകള് ചിന്തിക്കുന്നുണ്ടാവാമെന്നും മുഹമ്മദ് ഭാവനയിൽ കാണാറുണ്ട്. എന്തും സങ്കല്പിച്ചു കൂട്ടാറുള്ള അവന് മറ്റുള്ളവരും തന്നെപ്പോലെ ആയിരിക്കുമോ എന്നും സംശയമുണ്ട്. പിന്നെയും പോത്തുകള് തന്നെയാണ് മനസ്സിലേക്ക് വരുന്നത്. ഈ ചെക്കൻ സുഹൈലിന്റെ ഓരോ ചോദ്യങ്ങളും വേണ്ടാത്ത ചിന്തകളിലേക്ക് തന്നെ വലിച്ച് കൊണ്ടുപോവുകയാണല്ലോ പടച്ചോനെ. കൈയും കാലും കൂടിക്കെട്ടി പോത്തുകൾക്ക് ബിസ്മി ചൊല്ലുമ്പോൾ പ്രത്യേകിച്ചൊരു വികാരവും ഇപ്പോൾ അനുഭവിക്കാറില്ല. പത്തു വർഷം മുമ്പാണ് ആദ്യത്തെ അറവ് നടത്തിയത്. അന്ന് നാലഞ്ചു ദിവസത്തേക്ക് ജലപാനം കഴിക്കാൻ കഴിയാതെ താനാകെ പരവശപ്പെട്ടു കിടന്നു. ഭയാനകമായ ഒരു കൊലയുടെ അനുഭവം തികട്ടിത്തികട്ടി ഉറക്കം വരാതെ രാത്രികൾ കഴിച്ചു കൂട്ടി. അറവു കുറ്റിയിൽ വച്ച പോത്തിൻ തല ഉറക്കത്തെയും കീറിമുറിച്ച് കൊണ്ട് തുറിച്ചു നോക്കിക്കൊണ്ടിരുന്നു.

"ഇപ്പണി എന്നെക്കൊണ്ട് പറ്റില്ലളിയാ..."

എന്ന് അളിയനോട് തുറന്നു പറയുമ്പോൾ മടുപ്പിന്റെ ചവർപ്പ് തൊണ്ടക്കുഴിയിൽ നിന്നും തികട്ടി വന്നു. എന്നാലയാൾ പുച്ഛിച്ച് ചിരിച്ചു.. താനിത്രയും ചെറുതും ഒന്നിനും കൊള്ളാത്തവനുമാണെന്ന നോട്ടവും ചേർന്നതായിരുന്നു ആ ചിരി.

"എടാ, ഇതൊരു തൊഴിലാ... കൈയറപ്പ് തീർന്നാല് പിന്നെ നിനക്കെന്തിനേം ,ആരേം കൊല്ലാം..."

ഗൂഢമായ പുഞ്ചിരി സമ്മാനിച്ച് അളിയനത് പറഞ്ഞെങ്കിലും മരവിച്ച മനസ്സുമായി കുറേനാളിരുന്നു. പത്തില് തോറ്റിട്ട് കുറേക്കാലം അലഞ്ഞിരുന്നു. ഇപ്പോൾ വീണ്ടും നിരാശയുടെ ലോകത്തു തന്നെ. രണ്ട് പെങ്ങന്മാരെ കെട്ടിച്ചതു കൊണ്ട് ഇനി ബാക്കിയുള്ളത് രണ്ട് അനിയത്തിമാരാണ്. വയസ്സായ ഉപ്പാന്റെ ജീവിതത്തിന് തണലാകാനും പെങ്ങന്മാരെ ഒ

രു കരയിലെത്തിക്കാനും താൻ മാത്രമേയുള്ളു. മറ്റെന്തെങ്കിലും പണി കിട്ടുമോന്ന് നോക്കി ഒന്നുരണ്ടു വർഷം കൂടി കളഞ്ഞു. പെങ്ങന്മാരെ കാണുമ്പോൾ ആരെ കൊന്നിട്ടായാലും വേണ്ടില്ല ആയിറ്റിങ്ങളെ രക്ഷപ്പെടുത്തണമെന്ന് മനസ്സിൽ നിന്നാരോ ഒറക്കെ ഒച്ചയിട്ടുകൊണ്ടിരുന്നു .അങ്ങനെയാണ് മൂത്ത അളിയന്റെ അറവുശാലയിലേക്ക് വീണ്ടും മനസ്സില്ലാമനസ്സോടെ കയറിച്ചെന്നത്. സുഹൈലിന്റെ ബാപ്പയായ രണ്ടാമത്തെ അളിയന് നാട് സേവിക്കുന്ന പണിയായതുകൊണ്ട് അങ്ങോട്ട് പോയിട്ട് തനിക്കൊന്നും നേടാനില്ലെന്നറിയാവുന്നതുകൊണ്ടാണ് വീണ്ടും ഇവിടേക്ക് തന്നെ വന്നത്.

"മുഹമ്മദേ,.നീയ്യ് ഒന്നും വിചാരിക്കാണ്ട് പണിയെടുത്തോ. ബലിപ്പെരുന്നാളിന്റെ കഥയൊക്കെ നെനക്കറിയാലോ.. ഇതൊക്കെ നല്ല കാര്യത്തിനുള്ള ബലിയായി കർതിയാൽ നമ്മക്ക് മനസ്സിന്റെ ബർത്തം കൈച്ചലാക്കാം."

നിരനിരയായി കെട്ടിയിട്ട ബലിമൃഗങ്ങളെ കണ്ടപ്പോൾ ശ്വാസം മുട്ടലായി. മുട്ടുകാല് നേരിയ തോതിൽ വിറച്ചു കൊണ്ടിരുന്നു. ആർക്കും ഒരു ദ്രോഹവും ചെയ്യാത്തവരുടെ നിസ്സഹായതയുടെ നേർത്ത നിലവിളി കേട്ടുതുടങ്ങി. "അരുതേ..." എന്നു കേണു നോക്കുന്ന പോത്തുകളോട് ഉറക്കെയാണ് പറഞ്ഞു പോയത്.;

"പിന്നെ ഞാനെന്താ ചെയ്യേണ്ടത്. നിങ്ങളെ കൊല്ലുമ്പോളാ എന്റെ വീട്ടിലെ പട്ടിണി മാറ്വാ... പെങ്ങന്മാരെയും കെട്ടിക്കേണ്ടേ... ? അതുകൊണ്ട്..."

അളിയൻ പുഞ്ചിരിയോടെ രാകിമിനുക്കിയ കൊടുവാള് ഉയർത്തിയപ്പോൾ ഇടിമിന്നലു പോലെ അതിന്റെ തിളക്കം കണ്ണിൽ കുത്തിക്കയറി. വലിയ വലിയ നിലവിളികൾ.വലിയ വലിയ പിടച്ചിൽ.. വലിയ രീതിയിൽ ചാലിട്ടൊഴുകിയ രക്തപ്പുഴ. മഹാധമനി മുറിഞ്ഞൊഴുകിയ പ്രളയം ... ബലിപ്പുരയിൽ ചൂടുള്ള അറപ്പിക്കുന്ന ഗന്ധം പരന്നു. എത്ര പ്രാവശ്യം വെട്ടിയെന്നറിയില്ല.. ജീവിതം മാത്രം മുന്നിലുണ്ടായിരുന്നു. അതുകൊണ്ടു തന്നെ ശത്രുതയില്ലാതെ ആഞ്ഞുവെട്ടി. വെട്ടുമ്പോഴാണറിഞ്ഞത് മരിക്കുന്നതുവരെ വെട്ടുമ്പോഴാണ് വെട്ടുകാരന്റെ ജന്മം പൂർണമാകുന്നുള്ളുവെന്ന്. മറ്റൊന്നും അവന്റെ ചിന്തയിലേക്ക് വരില്ലെന്ന്. ഒന്നിനെ കൊല്ലണമെങ്കിൽ അതിനോട് അല്പമെങ്കിലും വെറുപ്പ് വേണം. മുഹമ്മദിന് അതായിരുന്നു ഏറ്റവും വലിയ പ്രശ്നമായിത്തോന്നിയതും. ഒന്നിനെ കൊല്ലാനോ തല്ലാനോ ദേഷ്യമില്ലാതെ എങ്ങനെ സാധിക്കും? അളിയനോട് ചോദിക്കാനാവില്ല. അയാൾക്ക് ദേഷ്യം വരും.

"നെന്റെ ലക്കില്ലാത്ത നൊടിച്ചല് എനക്ക് കേക്കണ്ട. ഞാനും നെന്റെ പ്രായത്തിലാണ് ഇറച്ചിവെട്ട് പഠിച്ചത്. നെന്റെ മൂത്ത പെങ്ങളേം നാല് മക്കളേം പോറ്റുന്നത് ഞാനീപ്പണി എടുത്തിറ്റാന്ന് നെനക്കറിയാലോ മമ്മതേ .. മോനിങ്ങനെ എടാകൂടങ്ങള് ചിന്തിക്കേണ്ട. ഇതൊരു പണ്യാണ്. മറ്റാളുകൾക്ക് ബേണ്ടീറ്റ് ചെയ്യുന്ന പണി..."

ഇത്രയേ അളിയന് പറയാനുണ്ടാകൂ.. തനിക്ക് മാത്രമെന്താ ധൈര്യം കുറഞ്ഞു പോകുന്നതെന്ന് മുഹമ്മദിന് മനസ്സിലായില്ല.

"കുഞ്ഞാറ്റേ, പെരുന്നാളിന് എനക്ക് ബീഫും കോഴിം, ആടും ഒന്നും ബേണ്ട..."

പെട്ടെന്ന് ഞെട്ടലോടെ മുഹമ്മദ്, സുഹൈലിനെ ആഞ്ഞുനോക്കി. ചെക്കനും തന്നെപ്പോലെ ചിന്തിക്കുകയായിരുന്നോ? തന്റെ വിരലിലാണവൻ കോർത്തുപിടിച്ചിരിക്കുന്നത്. വേട്ടക്കാരന്റെയും ഇരയുടെയും അതു ഭക്ഷിക്കുന്നവന്റെയും പ്രാണൻ കോർത്തുപിടിച്ച കൈകളിലുണ്ടെന്ന് പെട്ടെന്ന് മുഹമ്മദിന് തോന്നി.

"ഞാനിപ്പോള് അള്ളാവിനോട് പ്രാർത്ഥിച്ചു. ആർക്കും സങ്കടം കൊടുക്കല്ലേന്ന്. പക്ഷികൾക്കും മൃഗങ്ങൾക്കും മനുഷ്യേർക്കും എല്ലാം. കുഞ്ഞാറ്റയെന്താ പ്രാർത്ഥിച്ചത്..?"

മുഹമ്മദ് കയ്പു നിറഞ്ഞ ഉമിനീര് ശക്തമായി ഇറക്കി. പിടച്ചിലോടെ ഒരു നിമിഷം ചുറ്റും നോക്കിയിട്ട് ദേഷ്യപ്പെട്ടു.

"സുഹൈലേ.. മിണ്ടാണ്ട് നടക്കുന്നുണ്ടോ നീയ്യ് വെറ്പ്പിക്കുന്ന വർത്താനം പറയാണ്ട് നടന്നൂടെ നെനക്ക്..."

അവനത് കേട്ടില്ലെന്ന് തോന്നുന്നു. മനസ്സിൽ തിക്കുമുട്ടിയ കാര്യങ്ങളൊക്കെ കുഞ്ഞാറ്റയോട് തന്നെ പറയണം എന്നുള്ള ചിന്തയാണവന്.

"വെള്ള കുർത്ത വാങ്ങണംന്ന് ഞാൻ ബാപ്പാനോട് പറഞ്ഞിട്ടുണ്ട്. സമാധാനത്തിന്റെ പ്രാവിനെ പറത്തണം നാളെ പെരുന്നാളിന്ന്."

ഈ ചെക്കന് നൊസ്സു തന്നെയാണ്. പെര്ന്നാളും പ്രാവും! തനിക്കാണെങ്കില് അറക്കാൻ കെട്ടിയിട്ട രണ്ടുമൂന്ന് പോത്തുക്കളെക്കുറിച്ചുള്ള വേവലാതിയാണ്. സുബഹ് നിസ്കാരം കഴിഞ്ഞ് അറവ് പീടേടലെത്തണമെന്ന് പറഞ്ഞിരിക്കയാണ് മൂത്ത അളിയൻ.. ഈ മരോൻ ചെക്കന്റെ വർത്താനം കേട്ട് മനസ്സ് എങ്ങോട്ടൊക്കെയോ ഓടിപ്പോയി. ഏത് നേരത്താണാവോ കൂടെ കൂട്ടാൻ തോന്നീത്.. ഇരുട്ട് കനത്തിരിക്കുന്നു.

"മമ്മതേ... ചെക്കനെ പൊരേലാക്കിറ്റ് നീയിങ്ങു വന്നേക്കണം..."

അങ്ങാടിയിലെ കടയിൽ നില്ക്കുന്ന സാബിറും വിനോദനും വിളിച്ചു പറഞ്ഞു. തന്നെയും കാത്ത് കുറേ നേരായിക്കാണും അവര് നില

ക്കുന്നത്.

"ങ് ഹാ.. ഇപ്പം ബരാം കൂട്ടരെ ഇത്തിരി സാധനങ്ങള് പൊരേല് വാങ്ങിക്കൊടുക്കാനുണ്ട്."

അതും പറഞ്ഞ് വീട്ടിലേക്കുള്ള  വഴിയിലേക്ക് തിരിഞ്ഞതേയുള്ളു മുഹമ്മദ്. കുഞ്ഞാറ്റയുടെ ഫോൺ പോക്കറ്റിലിരുന്ന് തുരുതുരെ അടിക്കുന്നത് സുഹൈലാണ് കേട്ടത്..

"കീശേന്ന് മൊബൈല് കാറ്ന്ന ഒച്ച കേട്ടില്ലേ. കുഞ്ഞാറ്റയ്ക് ചെവി കേക്കാണ്ടായോ..."

ചെക്കന്റെ ശാസന കേട്ടാണ് ശ്രദ്ധിച്ചത്. മനസ്സ് നേർക്കു നില്ക്കുന്നില്ലെന്ന് മുഹമ്മദിന് തോന്നിപ്പോയി. വീടിന്റെ മുന്നിലുള്ള കോണിപ്പടിയിൽ ചാരി നിന്ന് ഫോണെടുക്കുമ്പോൾ സുഹൈലിനോട് വീട്ടിലേക്ക് കയറിപ്പോകാൻ ആംഗ്യം കാണിച്ചു. അവനത് ശാന്തനായി അനുസരിക്കുന്നത് കണ്ടപ്പോഴാണ് ഫോണെടുത്തത്.

"എന്റള്ളോ... എന്തായിപ്പറഞ്ഞ് കാദറേ...?"

എന്ന കുഞ്ഞാറ്റയുടെ നിലവിളി കേട്ട സുഹൈൽ കോണിക്കു മുകളിൽ നിശ്ചലനായി. കുഞ്ഞാറ്റ ഫോണും ചെവിയിൽ വച്ച് വന്ന വഴിയിലൂടെ ഓടിയിറങ്ങി ഇരുട്ടിലേക്ക് മറയുന്നത് സുഹൈൽ കണ്ടു നിന്നു. അറവു പീടികയ്ക്ക് ആരെങ്കിലും തീയിട്ടോ ? എന്തൊരു പാച്ചിലാണിത്.. കുഞ്ഞാറ്റ ഇങ്ങനെ ഞെട്ടിപ്പിടയുന്നത്  താനിതുവരെ കണ്ടില്ലല്ലോ.. എപ്പോളും ഒന്നിലും ശ്രദ്ധയില്ലാണ്ട് നടക്കുന്ന സ്വഭാവാണ്.

"സുഹൈലേ, ബാപ്പച്ചി മഗ് രിബ് കഴിഞ്ഞ് ബരാന്ന് പറഞ്ഞതാണ്. എന്നിട്ടോട്ത്തു ? നെന്റെ വെള്ളക്കുപ്പായോം കൊണ്ടന്നില്ല."

പിന്നിൽ വന്നു നിന്ന ഉമ്മ പറഞ്ഞു. "ഓ..." എന്ന് ഉത്സാഹമില്ലാതെ മൂളിക്കൊണ്ട് സുഹൈൽ ഇറയത്തേക്ക് കയറി...പിന്നെ തിരിഞ്ഞു നിന്നു.

"ഉമ്മാ...സുബഹ് ന് വിളിക്കണേ...ഞാൻ കെടക്ക്വാ... ഉപ്പ വര്വാണെങ്കില് എന്നേം ബിളിച്ചേക്കണം..."

ഉമ്മ എന്തെങ്കിലും ഉത്തരം പറഞ്ഞുവെന്ന് അവനോർമ്മയില്ല. ഉറക്കത്തിനു വേണ്ടി തിരിഞ്ഞും മറിഞ്ഞും കിടന്നു. ഉസ്താദ് പറയുന്ന കഥകളിലെ മലക്കുകളും പിശാചുകളും ഒച്ചവെച്ച് പറയുന്നതൊന്നും അവന് മനസ്സിലായില്ല... ഉറക്കത്തിനു മുമ്പേ സ്വപ്നത്തിലേക്ക് വീണു പോയതുപോലെ.

അലാറം അടിച്ചിട്ടില്ലല്ലോ... പിന്നെന്തു ഒച്ചക്കൂട്ടമാണ് കേൾക്കുന്നത് എന്ന ആകാംഷയോടെയാണ് സുഹൈല് കണ്ണ് തുറന്നത്. വീട് നെറ

യെ ആൾക്കാരാണ്. ഉമ്മയുടെയും അമ്മായിമാർടേം അലറലും കൂക്കി വിളീം..എന്താണിബ് ടെ സംഭവിച്ചത്. നേരം സുബഹ് നിസ്കാരത്തിനു ള്ള സമയം ആകുന്നേനുള്ളു. എല്ലാരും കരയുകേം തുറിച്ചു നോക്കുക യും എങ്ങോട്ടെന്നില്ലാതെ പരക്കം പായുകയും ചെയ്യുന്നുണ്ട്. ആരും ത ന്നെ ശ്രദ്ധിക്കുന്നില്ല. ഉമ്മാമ്മ നടുത്തളത്തില് ബോധം കെട്ട് കെടക്കാ ണ്. : ഒരു ഡോക്ടർ അവരെ പരിശോധിക്കുകയാണ്. എന്തൊക്കെയാ ണ് നടക്കുന്നത്..! അകത്തേക്ക് ധൃതിയിൽ ചെന്നപ്പോൾ ഉമ്മ ഖുർആൻ നെഞ്ചിൽ ചേർത്തു വച്ച് ചുമരിലേക്ക് തുറിച്ചു നോക്കിക്കൊണ്ടിരിക്കുക യാണ്. എന്താ തന്റെ ഉമ്മയ്ക്ക്.. ഇതുപോലെ ഒരിരുപ്പ് താനിതുവരെ ക ണ്ടിട്ടില്ല.. പ്രതിമ പോലെ തന്നെ.

“ഉമ്മാ...”

പതുക്കെ വിളിച്ചു നോക്കി. പക്ഷേ ഉമ്മ വിളിപ്പുറത്ത് വന്നില്ല. കട്ടി ലിൽ കയറി ഉമ്മാന്റെ ദേഹത്ത് മുട്ടിയുരുമ്മിനോക്കി. ഉമ്മ തന്നെയും അറിയുന്നില്ലല്ലോ... സുഹൈല് പുറത്തെ തിണ്ണയിൽ കൂടിയിരുന്നവരു ടെ അടുത്തേക്ക് ചെന്നു. ദയനീയമായ നോട്ടം തന്ന് തന്നെ എല്ലാവരും സങ്കടപ്പെടുത്തുകയാണല്ലോ... കുഞ്ഞാറ്റയെവിടെ..? മൂപ്പര് ചെലപ്പോൾ എന്താന്ന് പറയുമായിരിക്കും... ഇന്നും അറവ് പീടേല് പോയിരിക്കും... പെര്ന്നാളല്ലേ...ഓ... മറന്നല്ലോ. തന്റെ വെള്ളക്കുപ്പായം ബാപ്പ എവിടെ യാ വെച്ചതെന്ന് ഉമ്മയ്ക്കറിയായിരിക്കും... പെരുന്നാളിന് ഇടാനുള്ളത ല്ലേ.. ആളുകൾ വന്ന് വീട് നിറയുമ്പോള് കുപ്പായത്തിന് എബ്ടെ തെര യാനാണ്. ഉപ്പൂപ്പാന്റെ മുറിയില് മൂപ്പര് തല കുമ്പിട്ട് കരയുകയാണല്ലോ...

“ന്റെ ജലീലേ.. ഉപ്പാന്റെ മുത്തേ...”

തന്റെ ബാപ്പച്ചീനെ വിളിച്ചാണല്ലോ കരയുന്നത്...എന്തായിരിക്കും കാ ര്യം? സുഹൈല് പതുക്കെ ഉപ്പൂപ്പാന്റെ മുഖം തൊട്ടു. തലയുയർത്തിയ ഉപ്പൂപ്പ അവനെ ചേർത്തുപിടിച്ചു.

“ന്റെ സുഹൈലൂട്ടീ....ന്റെ ജലീല്...”

ഉപ്പൂപ്പ ശ്വാസതടസ്സത്താൽ ഞെരിപിരി കൊണ്ടു. തന്നെയും ബാപ്പ ച്ചിയേയും വിളിച്ചിച്ച് ഉപ്പൂപ്പ കരയുന്നതെന്തിനായിരിക്കും...

“ഹാജിക്കാ കരയാണ്ടിരി... പോലീസ് വരുന്നുണ്ട്...”

ആരോ ഉപ്പൂപ്പാന്റെ തോളിൽ കൈവച്ചു. ഉപ്പൂപ്പ അയാളുടെ ശരീര ത്തിലേക്ക് കുഴഞ്ഞു ചാരിക്കിടന്നു. ഇങ്ങനെ തളർന്നും കരഞ്ഞും താ നിതുവരെ അദ്ദേഹത്തെ കണ്ടിട്ടില്ല. ഈ വീട്ടിലെന്തിനാ പോലീസ് വരു ന്നത്.? സുഹൈല് ശ്വാസം പിടിച്ചു നിന്നു. കയറി വന്ന പോലീസുകാരു ടെ ബൂട്സിന്റെ ശബ്ദം എല്ലാവരുടെയും ശബ്ദത്തിന് വിലങ്ങിട്ടതുപോ

ലെ. സുഹൈലിന്റെ നെഞ്ചിൽ ദഫ് മേളം മുറുകി.

"ജലീലിന് ശത്രുക്കളാരെങ്കിലും ഉള്ളതായി അറിയോ...?"

ഉപ്പൂപ്പയോടാണ് ചോദ്യം.. ഇതെന്തൊരു ചോദ്യാണ്..തന്റെ ബാപ്പച്ചി നല്ല മനുഷ്യനാണെന്ന് ആർക്കാ അറിയാത്തത്. തന്നെ ഇഷ്ടാണ് , ഉമ്മയെ ഇഷ്ടാണ്, ഉപ്പൂപ്പാനേം ഉമ്മൂമ്മാനം ഇഷ്ടാണ്. ഈ ചോദ്യത്തിന് ഉപ്പൂപ്പ എന്തായിരിക്കും പറയുക..!

"ന്റെ മോനാർക്കും ഒരു ദ്രോഹോം ചെയ്യൂല ..എനക്കറിയില്ല പടച്ചോനേ... എന്താണ്ടായീന്ന്."

പോലീസ് എന്തെല്ലാമോ ചോദിച്ചുകൊണ്ടിരുന്നപ്പോൾ ഉപ്പൂപ്പയ്ക്ക് ശ്വാസം മുട്ടിത്തുടങ്ങി... ഇത്രേം സങ്കടം സഹിക്കാൻ പാവത്തിന് കഴിയാണ്ടായി...

"ഉപ്പൂപ്പാ...ന്റെ ബാപ്പച്ചി ഏട്യാ പോയേ..."

സുഹൈല് അറിയാണ്ട് ചോദിച്ചു പോയി. പോലീസുകാരും ഉപ്പൂപ്പയും തന്നെ കണ്ട് ഞെട്ടിയതുപോലെ. എന്തോ  എന്റെ ബാപ്പച്ചിക്ക് പറ്റീട്ടുണ്ട്. അതാണല്ലോ ഇങ്ങനെ ആർക്കാര് വന്നത്. അവന്റെ മനസ്സിലൂടെ നടുക്കുന്ന ചിന്തകൾ പാഞ്ഞു പോയി.

"ന്റുപ്പയേടുത്തു  ഉപ്പൂപ്പാ...?"

സുഹൈലിന്റെ അലർച്ച വീടാകെ മുഴങ്ങുകയും പോലീസുകാര് ഇറങ്ങിപ്പോവുകയും ചെയ്തു. കുഞ്ഞാറ്റയെ തെരഞ്ഞിട്ടും കണ്ടില്ല. ഓടിച്ചെന്ന് ഉമ്മച്ചിയെ പിടിച്ചു കുലുക്കി.

"ഇന്റെ ബാപ്പച്ചിയോടുത്തുമ്മാ...?"

ഉമ്മ ഖുർആനിൽ മുഴുകി ഒന്നും കേൾക്കാത്ത അകലത്തിലിരുന്നു. ഈ നേരത്തും ഉമ്മയെന്താ കിത്താബില് പരതുന്നത്? ഇതെന്തൊരുമ്മയാണ്...

"ആ ചെക്കന് കാര്യം തിരിഞ്ഞിട്ടുണ്ട്. അതിനെ ശ്രദ്ധിക്കണം പാവം..."

അടുക്കളയിൽ നിന്നു അടുത്ത വീട്ടിലെ സൗദാമിനിയേച്ചി പറയുന്നത് അവൻ കേട്ടു. പുര  നെറയെ സുഹൈല് ബാപ്പയെ തെരഞ്ഞ് ഓടിനടന്നു. മുറ്റത്ത് നിന്നവരോട് ചോദിച്ചു.

"ബാപ്പച്ചിക്ക് എന്താ പറ്റീത്?"

ബാപ്പച്ചീടേം കുഞ്ഞാറ്റയുടേം ചങ്ങായി വിനോദേട്ടൻ വന്നു ചേർത്തുപിടിച്ചു.

"മോനിതു സഹിക്കണം.. ഉപ്പയെ ആരൊക്കെയോ ചേർന്നു..."

സുഹൈലിന്റെ രണ്ടാമത്തെ നിലവിളിയും ഉയർന്നു. വാടിത്തളർന്ന

അവനെ ബഞ്ചിലിരുത്തുമ്പോൾ ആരോ ശകാരിച്ചു.

"നീയെന്തിനാ വിനോദേ ....ചെക്കനോട് വിസ്തരിച്ചത് ,ചെറിയ കുട്ട്യല്ലേ...?"

വിനോദേട്ടൻ അയാളുടെ ചെവിക്കരികിൽ പിറുപിറുത്തു.,

"സ്വന്തം മകന് ബാപ്പ മരിച്ചതെങ്ങനെയെന്ന് അറിയാനുള്ള അവകാശമുണ്ട്. അവനൊരു ആൺകുട്ടിയാ..."

മയക്കം വിട്ടെണീക്കുമ്പോൾ കുഞ്ഞാറ്റ ചേർത്തുപിടിച്ചിട്ടുണ്ടായിരുന്നു. ആൾക്കൂട്ടം കടലു പോലെ ഇളകിമറിയുന്നുണ്ട്... മയ്യത്ത് കട്ടിലിൽ കിടക്കുന്ന ബാപ്പച്ചിയുടെ മുഖം അവൻ ആളുകളുടെ ഇടയിലൂടെ കണ്ടു. വെള്ള കുർത്ത ഇട്ടിട്ടുണ്ട് .മുഖം നിറയെ വെളുത്ത പ്ലാസ്റ്റർ ഒട്ടിച്ചിട്ടുണ്ട്. ഉറങ്ങ്വാണോ ബാപ്പച്ചീ... എണീക്കണില്ലേ... ഇന്ന് പെരുന്നാളായിട്ടും ഇങ്ങനെ കെടക്കാൻ പാടുണ്ടോന്ന് ചോദിക്കണമെന്നുണ്ട്. പള്ളീന്ന് വന്നവരൊക്കെ പ്രാർത്ഥിക്കുകയാണ്. അവരുടെ ഒരേ ആയത്തിലുള്ള ചുണ്ടനക്കങ്ങളിലേക്ക് നോക്കിയിരുന്നു സുഹൈല്. എന്തൊരു ഗൗരവത്തോടെയാണ് അവർ പ്രാർത്ഥിക്കുന്നത്. കഴിഞ്ഞയാഴ്ച ബാപ്പച്ചിയെ ചീത്ത പറഞ്ഞ മൊയ്തീൻക്ക മുന്നിലുണ്ട്. എന്തിനായിരുന്നു വഴക്ക്...? വീടിന്റെ മുന്നിലൂടെ റോഡ് വെട്ടുന്നതിനെക്കുറിച്ചായിരുന്നു. അന്ന് തല്ലുണ്ടാകുമെന്ന് കരുതിയതാണ്. പക്ഷേ അയാള് പിന്തിരിഞ്ഞു കൊണ്ടു പറഞ്ഞു:

"ജലീലേ... നെന്റൂപ്പാനെ ഓർത്ത് ക്ഷമിക്ക്വാ ഞാന്..."

അന്നയാൾ എന്തൊക്കെ ചീത്ത പറഞ്ഞതാ... പക്ഷേ ഇന്ന് ഉപ്പാന്റെ മുഖത്തേക്ക് ഉറ്റുനോക്കി കണ്ണീരു തുടച്ച് പ്രാർത്ഥിക്കുന്നു. പീട്യക്കാരൻ കമാൽ ഹാജിയാണ് തൊട്ടടുത്ത് നില്ക്കുന്നത്.

"എടാ സുഹൈലേ.. നെന്റെ ബാപ്പാനോട് പറയണം ഉറുപ്യ ഒരു പാടായിന്ന്. ഈ ബയിക്ക് മൂപ്പരെ കാണാനേയില്ല. നാട് നന്നാക്കുന്ന കൂട്ടത്തില് മ്മ്ടെ പീട്യേല പറ്റ് തീർത്ത് മ്മളെയും നന്നാക്കണമെന്ന് പറഞ്ഞേക്ക് ..."

കമാൽ ഹാജി അങ്ങനെ പറഞ്ഞോണ്ടിരിക്കും. താനൊരു ചെറ്യെ കുട്ടിയാണെന്ന് മൂപ്പര് ചിന്തിക്കൂല.. ഇപ്പോൾ അദ്ദേഹം തലയിൽ മുണ്ടിട്ട് കൈ കെട്ടി തല കുനിച്ച് ബാപ്പച്ചിയുടെ മുമ്പിൽ പ്രാർത്ഥിക്കുകയാണ്. തന്റെ കുഞ്ഞാറ്റയും പ്രാർത്ഥിക്കുന്നുണ്ട്. ആ ചുണ്ടുകൾ വിറയ്ക്കുന്നത് ശരീരത്തിലൂടെ താനറിയുന്നുണ്ട്. പിന്നിൽ നിന്നും നേരിയ കുശുകുശുപ്പ് കേട്ടു...

"മുപ്പത്തിയൊന്ന് വെട്ട് അരയ്ക്ക് താഴെയാ... ബാക്കി എട്ടെണ്ണം മു

ഖത്തും കൈയ്ക്കുമാ പറ്റീത്. എന്തൊരു അരും കൊലയായിത്."

സുഹൈൽ നടുങ്ങിപ്പോയി. കുഞ്ഞാറ്റയുടെ ശരീരത്തെ മുറുകെ പിടിച്ചു. കുഞ്ഞാറ്റ വെട്ടുന്ന പോത്തുകളുടെ നിലവിളികൾ പെട്ടെന്നവിടെ കേട്ടതുപോലെ.. തന്റുപ്പാന്റെ നിലവിളികൾ ആരും കേട്ടില്ലേ... ശ്വാസം പോകുമ്പോൾ "ന്റെ സുഹൈലേ..." എന്ന് വിളിച്ചോ..."ന്റുപ്പാ"ന്ന് വിളിച്ചോ..."ന്റെ പടച്ചോനേ..."നെങ്ങാനും വിളിച്ചോ. ആരോടാണ് ചോദിക്കേണ്ടത്... പോത്തിന്റെ തലവെട്ടിമാറ്റി ഒരു മരക്കുറ്റിയിൽ കുഞ്ഞാറ്റ വയ്ക്കാറുണ്ട്. ആ കാഴ്ച സുഹൈലിന്റെ കണ്ണിലേക്ക് പാഞ്ഞു വന്നു. ചോരച്ചാലുകൾ തീർത്ത മണ്ണിലേക്ക് കാലുകൾ പുതഞ്ഞു പോയതു പോലെ.. ഒരു പോത്തിനെ കൊല്ലാൻ എത്ര വെട്ടു വേണം.. കുഞ്ഞാറ്റയോട് പെട്ടെന്ന് ചോദിക്കണമെന്നവന് തോന്നി. പക്ഷേ വിറച്ചു തേങ്ങുന്ന കുഞ്ഞാറ്റയോട് എന്തെങ്കിലും ചോദിക്കാൻ ധൈര്യം കിട്ടിയില്ല. അകത്ത് ഊയ്യാരപ്പാട് തൊടങ്ങി.

"നബീസു ബോധം കെട്ടു... അപസ്മാരം കൂടി..."

പിറുപിറുപ്പ് ചൂടുകാറ്റായി അവിടെമാകെ കറങ്ങി..

"അയ്യോ...എന്റുമ്മാ..."

മനസ്സിനു വെഷമം വരുമ്പോഴാ, ഇങ്ങനെ അപസ്മാരമുണ്ടാവ്വാ. സുഹൈല് അകത്തേക്ക് ഓടാൻ ശ്രമിച്ചപ്പോൾ കുഞ്ഞാറ്റ അവനെ മുറുകെ പിടിച്ചു വച്ചു. എന്തൊരു കഷ്ടാണ്. ഉമ്മായ്ക്കിനി താനല്ലേയുള്ളു. ഉപ്പാനെ ആരൊക്കെയോ വെട്ടിക്കൊന്നതാണെന്ന് കേട്ടിട്ടായിരിക്കും അപസ്മാരം എളകീത്. പാവമാണ് തന്റെ ഉമ്മ. ഉപ്പാനെ അത്രയ്ക്ക് ഇഷ്ടാണ്. ഉപ്പ ഉമ്മയോട് "നീയെന്റെ പൊന്നു നബീസു തന്ന്യാ..." ന്ന് പറയുന്നത് താനും കേട്ടതല്ലേ.

"മോൻ ഒന്നടങ്ങ്... അകത്ത് ഡോക്ടറുണ്ട്. നീയ്യ് ഉപ്പായ്ക്ക് വേണ്ടി പ്രാർത്ഥിക്ക്. ഖൽബില് നെറയെ സ്നേഹമുണ്ടായിരുന്ന ബാപ്പയെ ഓർക്ക് ..."

സുഹൈല് കുഞ്ഞാറ്റയെ അതിശയത്തോടെ നോക്കി. ബാപ്പാന്റെ കുറ്റങ്ങള് കണ്ടെത്തി പറഞ്ഞോണ്ടിരുന്ന ആളായിരുന്നു ഇന്നലെ വരെ. ഇന്നിപ്പോൾ പറഞ്ഞത് കേട്ടില്ലേ.. ഖൽബില് നെറയെ സ്നേഹാണത്രേ... മരിക്കുമ്പോൾ ആളുകളൊക്കെ നന്നാവ്വോ... അതായിരിക്കാം ആരും കുറ്റം പറയാണ്ടിരിക്കുന്നത്... സുഹൈലിന് സങ്കടം വന്നു തിക്കുമുട്ടിപ്പോയി. തന്റെ പാവം ഉപ്പയാണ് മയ്യത്ത് കട്ടിലിൽ കെടക്കുന്നത്... ചുറ്റും ജനങ്ങൾ നിറഞ്ഞു കവിഞ്ഞിരിക്കുന്നു. സുഹൈല് ഉപ്പാന്റെ മുഖത്തേക്ക് കുനിഞ്ഞു നോക്കി. മോന് വെളുത്ത കുപ്പായം വാങ്ങാനായില്ല സുഹൈ

ലേന്ന് പറയുന്നുണ്ടോ? തെക്കുപുറത്തെ കൂട്ടിലുള്ള വെള്ള പ്രാവ് ചിറകിട്ടടിക്കുന്നത് ബാപ്പ കേക്കുന്നുണ്ടാ.. സങ്കടപ്പെടല്ലേന്ന് ഉപ്പാന്റെ ചുണ്ടുകൾ മിണ്ടുന്നുണ്ടോ...

"നമ്മടെ നേതാവ് മരിക്കൂലാ..." മുറ്റത്തും പറമ്പിലും കൂടി നിന്നവർ ഉറക്കെ മുദ്രാവാക്യം വിളിക്കുകയാണ്. പ്രാർത്ഥന നിലച്ചു. എല്ലാവരും അങ്ങോട്ട് നോക്കി. കറുത്ത ബാഡ്ജ് ധരിച്ച ആളുകൾ കൈകൾ ഉയർത്തി ഉറക്കെ എന്തൊക്കെയോ വിളിച്ചു പറയുന്നുണ്ട്. അതൊക്കെയും കരച്ചിലിലാണ് അവസാനിക്കുന്നത്. ഉപ്പാനെ വിളിച്ചാണ് അവർ കരയുന്നത്. അതുകേൾക്കുമ്പോൾ അവന്റെ ഹൃദയം പൊടിഞ്ഞു പോകുമ്പോലെ.. കുഞ്ഞാറ്റയുടെ കൈകൾ തട്ടി മാറ്റി മയ്യത്ത് കട്ടിലിനരികിൽ കുത്തിയിരുന്ന് ബാപ്പയുടെ നെറ്റിയിൽ മുത്തിയിട്ട് സുഹൈല് പതുക്കെ ചോദിച്ചു.

"ന്റെ ബാപ്പാ... ആള്കള് വെട്ടുമ്പം ങ്ങ്ക്ക് ബേദനിച്ചോ... നല്ലോണം ബേദനിച്ചോ..."

കുഞ്ഞാറ്റ ഓടിവന്നു അവനെ പൊതിഞ്ഞ് പിടിച്ചതു കൊണ്ട് പിന്നൊന്നും ചോദിക്കാൻ അവന് കഴിഞ്ഞില്ല. മയ്യത്തു കട്ടിൽ അകന്നു പോകുന്നതും ജനം ആർത്തിരമ്പുന്നതും കണ്ടുകൊണ്ടിരിക്കുമ്പോൾ ഉപ്പൂപ്പാന്റെ ശബ്ദം ഒരു പിറുപിറുപ്പായി സുഹൈലിന്റെ ചെവിക്കരികിൽ നൃത്തം വച്ചു തുടങ്ങി.

"അന്നേ ദിവസം ആധിപത്യം അല്ലാഹുവിനത്രേ.. അവൻ അവർക്കിടയിൽ വിധി കല്പിക്കും..."

•

# ബീഡി തെറുപ്പുകാരിയുടെ കൃഷ്ണൻ

നീണ്ടു നിവർന്നു കിടന്ന വയലിന്റെ ഹൃദയഭാഗത്തൂടെയാണ് റോഡ് കടന്നുപോകുന്നത്. അതിലൂടെ കാറോടിച്ചു പോകുമ്പോഴാണ് വയലും വരമ്പും കരയിലുള്ള ചെറിയ വീടും ഓർമ്മയിൽ തികട്ടിയത്. വിശാലമായ വയലുകളിൽ റോഡ് ഇല്ലാത്ത കാലഞ്ഞ് നടന്നു നീങ്ങിയവരമ്പുകളൊക്കെ അപ്രത്യക്ഷമായിരിക്കുന്നു. വയലുകളൊക്കെ നികന്ന് കരയായി പരിവർത്തനപ്പെട്ടിരിക്കുന്നു. പഴയ ഒരു ചായപ്പീടിക സ്മാരകം പോലെ നില്ക്കുന്നത് കണ്ട് സന്തോഷം തോന്നി. അതിന്റെ കോലായിൽ കുനിഞ്ഞിരിക്കുന്ന വൃദ്ധനെ കണ്ടതും കൃഷ്ണനല്ലേയത് എന്ന് അറിയാതെ ചോദിച്ചു പോയി... ആ സംശയത്തിനൊപ്പം രാധയും തെളിഞ്ഞു വന്നു. പഴയ വിചാരങ്ങളിലേക്ക് അറിയാതെ ഊർന്നു വീണു.. അവിടെ നിന്നും കൈകുത്തി എണീക്കുമ്പോഴാണ് അമ്മ പറയാറുള്ള ഒരു വാചകം ഓടിക്കിതച്ച് വന്ന് മുന്നിൽ നിന്നത്. “രാധ അത്രനല്ല പെണ്ണന്നല്ല. ഓളോട് അടുപ്പത്തിനൊന്നും പോണ്ടാന്ന് പറഞ്ഞാല് കേക്കണ്ടേ...”

അമ്മയുടേത് ഒരു താക്കീതായിരിക്കാം. അതോ ഒരു സ്ത്രീയോട് തോന്നുന്ന അസഹിഷ്ണുതയോ.. അക്കാലത്ത് താനത് വേണ്ടത്ര ഗൗരവത്തോടെ എടുത്തിരുന്നില്ല എന്നാണോർമ്മ. ഇന്നത്തേക്കാലത്തേക്കാളും പെൺകുട്ടികൾ ഭയരഹിതമായ, ആരോഗ്യകരമായ സ്വാതന്ത്ര്യം അനുഭവിച്ചതു കൊണ്ടായിരിക്കുമത്. കാലമിത്ര കഴിഞ്ഞു പോയിട്ടും എത്ര തെളിമയോടെയാണ് രാധയെ ഓർമ്മവന്നത്!. ചില ആളുകൾ അങ്ങനെയാണ്, സമയവും സന്ദർഭവും നോക്കാതെ നമ്മുടെ ജീവിതവഴികളിലേക്കിറങ്ങി നിന്ന് ഒരു ചോദ്യമാണ് “ഓർമ്മയില്ലേ” യെന്ന്. പെട്ടെന്ന് കറുത്തു നീണ്ട ശരീരവും പരന്ന മുഖവും എലുമ്പൻ മുടിയുമുള്ള രാധ ഉറക്കെ ചിരിക്കാൻ തുടങ്ങിയിരുന്നു. നിരയൊത്ത പല്ലിൽ നിന്നും ചിരിയുടെ പ്രകാശത്തെ ഒപ്പിയെടുക്കാം. “നീയൊക്കെയങ്ങ് വലുതായി, വല്യ ആളായി” എന്ന് ചോദിക്കുന്നതു പോലെ. അതു ചോദിക്കുമ്പോഴും ഉറക്കെയുള്ളചിരിയോടൊപ്പം തൊണ്ടക്കുഴിയും അങ്ങോട്ടുമിങ്ങോ

ട്ടും ചലിക്കുന്നതു പോലെ. മുത്താറിമുക്കിലെ രാധയെന്ന പെണ്ണിന്റെ പ്രഖ്യാപനങ്ങങ്ങളൊക്കെ ഇത്രയും വർഷത്തിനു ശേഷവും എന്റെ ഓർമ്മകളിൽ തളിർത്തു കിടക്കുന്നു.

"എന്റെ പേര് രാധാന്നാണ്... എന്റെ ഇഷ്ടക്കാരന്റെ പേര് കൃഷ്ണാന്നും. ശരിക്കും നമ്മളാണ് രാധാകൃഷ്ണന്മാര്..."

ആത്മവിശ്വാസത്തിന്റെ കനത്തിൽ അവരത് പറഞ്ഞപ്പോൾ അഹങ്കാരമല്ലേ എന്നാണ് ആദ്യം തോന്നിയത്. പ്രണയത്തിന്റെ ചുഴികളിലൊന്നും അന്ന് ഞാൻ എത്തിപ്പെടാത്തതു കൊണ്ട് രാധയുടെ പ്രഖ്യാപനത്തെ തൊണ്ട തൊടാതെ വിഴുങ്ങി. യുക്തിക്ക് നിരക്കാത്ത വർത്തമാനം എനിക്കൊട്ടും ഇഷ്ടമായില്ല. ഇത്തരം രൂപമല്ല എന്റെ മനസ്സിലെ രാധാകൃഷ്ണന്മാർക്ക് ഉണ്ടായിരുന്നത്. നീണ്ടുമെലിഞ്ഞ് ഉണങ്ങിയ രാധയുടെ കാമുകൻ ഉയരം കുറഞ്ഞ കുറ്റിത്തലമുടിക്കാരനായിരുന്നു. എപ്പോഴും മുറുക്കാൻ ചവച്ചു പശുവിനെയുംകൊണ്ട് വയൽക്കരയിലും വരമ്പത്തും അയാളെ കാണാറുള്ളതാണ്. അപ്പോഴൊക്കെ സ്വന്തം ഇഷ്ടക്കാരനെക്കുറിച്ച് രാധ പറയാറുള്ള മധുരവാക്കുകൾ എന്റെ മനസ്സിൽ തെളിയും. പുല്ലരിഞ്ഞും പശുനെ മേയ്ച്ചും വയലിൽ അലയുന്ന കൃഷ്ണനെ ചൂണ്ടി രാധ പറയും;

"എന്റെ കൃഷ്ണനും ധാരാളം പശുക്കളുടെ അധിപനാണ്."

വയലുകൾക്ക് അതിരായി നില്ക്കുന്ന രണ്ടു കുന്നുകൾക്കും ഒരു പാട് കഥകൾ പറയാനുണ്ടാവും. ഇങ്ങേക്കുന്നിന്റെ താഴെ വയലോരത്ത് മുത്താറിമുക്കിലാണ് രാധയുടെ ചെറിയ വീട്. അവിടെ നിന്നും അങ്ങേക്കുന്നിലെ പുഞ്ചിരിമുക്കിലെ കൃഷ്ണന്റെ വീട്ടിലേക്ക് വയലുകളുടെ ഇടദൂരമേയുള്ളു... വിളിച്ചൊന്നു കൂവിയാൽ കേൾക്കാൻ പാകത്തിലൊരു ദൂരം മാത്രം. ആ ചെറിയ ദൂരം പോലും തനിക്ക് സഹിക്കാനാകുന്നില്ലെന്ന് രാധയുടെ മുഖഭാവങ്ങൾ വിളിച്ചു പറയാറുണ്ട്. ബഷീറിന്റെ 'തങ്കം വായിച്ചും പി.കേശവദേവിന്റെ "ദീനാമ്മ" വായിച്ചും കറുത്ത പ്രണയിനികളോട് ആരാധന തുടങ്ങിയ കൗമാരക്കാലത്ത് രാധയുടെ പ്രണയത്തെ തള്ളിക്കളയാൻ എനിക്കാവുമായിരുന്നില്ല.

എന്റെ ഉള്ളിൽ പണ്ടേ പ്രതിഷ്ഠിച്ച രാധയും കണ്ണനും ഇറങ്ങി പെരുവഴിയിൽ നിന്ന് തന്നോട് കയർക്കും.

"ഇവരങ്ങ് രാധയും കൃഷ്ണനും കളിച്ചാൽ പിന്നെ ഞങ്ങളെന്തു ചെയ്യും ?"

ന്യായമായ ചോദ്യമാണ്. അമ്പാടിയിലെ കൃഷ്ണനെ രാധ ആരാധിക്കുന്നതും പ്രണയിക്കുന്നതും എത്ര തീവ്രതരമാണെന്ന് അന്നത്തെ ദൂ

രദർശനിൽ വന്ന സീരിയലുകളിൽ  കണ്ട് കരളിൽ വേരുറപ്പിച്ചതായിരുന്നു. ഇന്നിപ്പോൾ എന്റെ കുഗ്രാമത്തിലെ ചെറിയൊരു വീട്ടിലിരുന്നു ബീഡി തെറുക്കുന്ന രാധയും വയലിൽ പശൂനെ മേയ്ച്ചു ഉപജീവനം കഴിക്കുന്ന കൃഷ്ണനനും കൂടി തട്ടിയെടുത്താലത്തെ കഥ പറയാനുണ്ടോ. പക്ഷേ നാട്ടിലെ രാധയും കൃഷ്ണനുമായി അവരോധിക്കപ്പെട്ടവരെ ഞാനായിട്ട് പരിഗണിക്കാതിരുന്നിട്ട് കാര്യമുണ്ടോ? രാധയും അമ്മയും മാത്രമാണ് വീട്ടിൽ താമസം. കോലായിലിരുന്നു ബീഡി തെറുക്കുന്ന രാധയ്ക്ക് ദൂരെ, വരമ്പിലൂടെ പോകുന്ന മുഴുവൻ നാട്ടുകാരേയും അറിയാം. മാത്രമല്ല ഓരോരുത്തരുടേയും ജീവചരിത്രവും . ഒഴിവുനേരങ്ങളിൽ രാധയുടെ കോലായിയിൽ വെറുതെ ചെന്നിരിക്കാറുണ്ട് കൗമാരത്തിലെ നിഷേധിയായ ഞാൻ . രാധയുടെ പുന്നാര വർത്തമാനങ്ങളാണ് അതിനു കാരണമെന്ന് തോന്നുന്നു.

"എന്റെടിയേ... നെന്റെ മുടിയിങ്ങനെ ചുരുണ്ട് താഴോട്ട് വളർന്നത് കാണാനെന്തൊരു ഭംഗ്യാ."

അത്രേം കേട്ടുകഴിഞ്ഞാൽ ഞാൻ  സന്തോഷം കൊണ്ട് ഒരു തരം ദുർബലത അനുഭവിക്കും. ബീഡി തെറുത്തുകൊണ്ട് കോലായിൽ കാലു നീട്ടിയിരിക്കുന്ന രാധയുടെ അടുത്തേക്ക് മെല്ലേ ഇരുന്നു പോകും. മടിയിൽ വച്ച മുറത്തിലെ പുകയിലപ്പൊടിയെടുത്ത് അളന്നു മുറിച്ച് ,നനച്ച് അട്ടിവച്ച ബീഡിച്ചപ്പിലേക്ക് ഒരു പ്രത്യേക വേഗതയിലും ചാരുതയിലും നിറച്ചെടുത്ത് വിരലുകൊണ്ട് ചുരുട്ടി അതിന്റെ മുഖം കുത്തിയുറപ്പിക്കും. പിന്നെ വാലും ഉള്ളിലേക്ക് കുത്തിക്കഴിഞ്ഞ് മുറത്തിൽ തളർന്നു കിടക്കുന്ന റോസ് നിറത്തിലുള്ള നൂല് കൊണ്ടൊരു കറക്കമാണ്. നൂലുറപ്പിച്ച് കഴിഞ്ഞ് അത് ബീഡി മുറത്തിൽ തെറുത്തു വച്ചിരിക്കുന്ന ബീഡികളുടെ നിരയിലേക്ക് ക്രമമായി ഒരു അടുക്കിവയ്ക്കലുണ്ട്. അപ്പോഴേയ്ക്കും നാട്ടിലെ ഏതെങ്കിലും പുരുഷനെയോ സ്ത്രീയെയോ കുറിച്ച് പുതിയ കഥകൾ രാധ തുടങ്ങിക്കഴിഞ്ഞിട്ടുണ്ടാകും.

"എണേ, നീ കേട്ടിനാ.. ഒതേനേട്ടന്റെ തോർത്തൂരിപ്പോയ കാര്യം?"

അത്രയും പറഞ്ഞു തീരുമ്പോഴേയ്ക്കും രാധ ചിരിച്ച് ചിരിച്ച് ബീഡി മുറത്തിലേക്ക് പലവട്ടം ചാഞ്ഞു കൊണ്ടിരിക്കും. അതേതു കഥയെന്നറിയാൻ അന്തം മറഞ്ഞിരിക്കുമ്പോഴാണ് തെരഞ്ഞെടുപ്പ് പ്രചാരണത്തിന് വരുന്ന പഴയ എം എൽ എ യെ കാണാൻ ആണും പെണ്ണും റോഡിന്റ അരികുപറ്റി കാത്തിരുന്നതും അപ്പോൾ ഒതേനേട്ടൻ ഒറ്റത്തോർത്തുമായി തെങ്ങിൽ കയറിയതും പറഞ്ഞു തുടങ്ങിയത്.

"നേതാവിനെ കാണാൻ കേറിക്കേറി മോളിലേക്ക് പോകുമ്പള് ഓ

ന്റെ ഗോഷ്ഠി നമ്മള് കണ്ടതാ.. ഓൻ ആള് അത്ര നല്ലോനല്ലാന്ന് എല്ലാർക്കുമറിയാലോ."

അപ്പോഴേയ്ക്കും രണ്ടു ബീഡി തെറുത്തു കഴിഞ്ഞിരുന്നു. കറുത്തു നീണ്ട വിരലുകളിൽ ബീഡി ഉരുണ്ടു വരുന്നതും മുഖം കുത്തി , വാലു കുത്തി അരയിലൊരു കെട്ടുമായി മുറത്തിൽ ചാഞ്ഞു കിടക്കുന്നതും നോക്കി ഞാനിരുന്നു.

"അപ്പോളല്ലേ കൊയപ്പൂണ്ടായത്. നേതാവിന്റെ വണ്ടി വന്നുനിന്നതും ആളും കോളും ബസ്റ്റോപ്പില് നെറഞ്ഞില്ലേ... എന്റെടീ... തെങ്ങിന്റെ മേലേന്ന് കൊടി പറന്നു വന്നപോലെയല്ലേ ഒതേനന്റെ ഉടുത്തതോർത്ത് നമ്മടെ മുന്നില് വന്ന് വീണത്. പെണ്ണുങ്ങളെല്ലാം മേലോട്ട് നോക്കിപ്പോയെന്റെ മുത്തപ്പാ..അണ്ണാക്കൊട്ടൻ പറ്റിയമാതിരി ഒതേനൻ തെങ്ങിന്റെ മേലെ പറ്റിയിരിക്കുന്നു..."

ചിരിയുടെ മാലപ്പടക്കം കോലായിൽ വീണു പൊട്ടിക്കൊണ്ടിരുന്നു. ഞാനും ആ രംഗമോർത്ത് തലയറഞ്ഞു ചിരിച്ചു. കൂടെ ചിരിക്കാൻ ആളെക്കിട്ടുമ്പോൾ പുതിയ കഥകൾ പെറുക്കി പുറത്തേക്ക് കുടഞ്ഞിട്ടു കൊണ്ടിരിക്കും രാധ. രാധയെന്ന് വിളിക്കാമോ എന്നറിയില്ല. എന്നേക്കാൾ പതിനഞ്ചു വയസ്സെങ്കിലും അവർക്ക് കൂടുതലാണ് എന്നറിയാഞ്ഞിട്ടല്ല.. വീട്ടിലുള്ളവരും നാട്ടിലുള്ളവരും വളരെ വിലകുറഞ്ഞ ഒരു സ്ത്രീയായി അവരെ കാണുന്നതു കൊണ്ടായിരിക്കാം വലുപ്പച്ചെറുപ്പമില്ലാതെ എല്ലാരും രാധ എന്നു തന്നെയാണ് വിളിച്ചത്. അതിലവർക്ക് പരാതിയൊന്നും ഉണ്ടായിരുന്നില്ലെന്ന് ഞാനെപ്പോഴും കരുതുകയും ചെയ്തു. ആണുങ്ങളുടെ അധ്വാനത്തിന്റെ പങ്ക് തട്ടിപ്പറിക്കുന്നവൾ എന്ന കുറ്റപ്പാട് ചാർത്തി രാധയെ പരിഹസിക്കുന്നവരെ പലയിടത്തു നിന്നും കണ്ടിട്ടുണ്ട്. മൂർച്ചക്കത്തിയുടെ വായ്ത്തല പോലുള്ള രാധയുടെ വാക്കുകളിലെ തെറിയുടെ നാറ്റം സഹിക്കാനാവാത്തതുകൊണ്ട് നേരിട്ടാരും എതിർക്കാൻ ചെല്ലാറില്ല. എന്നെപ്പോലുള്ളവരോട് മധുരവും എതിരാളികളോട് കയ്പും തെറിപ്പിക്കാൻ വിദഗ്ധയാണ് രാധ.

രാധയെപ്പോഴും പറഞ്ഞു നിർത്തുന്നത് കൃഷ്ണന്റെ കഥകളിലായിരിക്കും. തുടങ്ങുന്നതും അവസാനിപ്പിക്കുന്നതും ഒരാളിൽ തന്നെയാണെന്ന അത്ഭുതം എനിക്കുണ്ടായിരുന്നു... എന്തൊരു സാമർത്ഥ്യമുള്ള കഥ പറച്ചിലുകാരിയാണ് രാധയെന്നും രാധയ്ക്ക് വേണമെങ്കിൽ എഴുത്തുകാരിയായി പേരെടുക്കാമെന്നു പോലും ഞാൻ ചിന്തിച്ചു പോയിട്ടുണ്ട്. നാട്ടിലെ കഥകളും വീട്ടിലെ കഥകളും ഇടകലർത്തി വ്യവച്ഛേദിക്കാനാവാത്ത ഇഴയടുപ്പം നല്കി അവതരിപ്പിക്കുമ്പോൾ കേഴ്വിക്കാരു

ടെ മുഖത്തു വിരിയുന്ന ഭാവഹാവാദികളിലായിരുന്നു രാധയുടെ ഗൂഢ ഗോപ്യം. എന്റെ മുന്നിൽ ഇരുത്തംവന്ന സ്ത്രീയായി കഥകൾ വാരിവിതറുന്ന രാധയ്ക്ക് രാത്രിയാകുമ്പോൾ വേഷപ്പകർച്ചയുണ്ടാവാറുണ്ടെന്ന് നാട്ടിലെ പെണ്ണുങ്ങൾ അടക്കം പറയുന്നതും കേൾക്കേണ്ടി വന്നു.. വിശ്വസിക്കാനാവാത്ത മരവിപ്പിലൂടെയായിരിക്കും ഞാനപ്പോൾ കടന്നുപോകുക.

രാത്രി ദേശമെല്ലാം ഉറങ്ങുമ്പോഴാണ് വയലിലേക്കിറങ്ങി വരമ്പിലൂടെ രാധ നടന്നു തുടങ്ങുക. നോക്കെത്താത്ത ദൂരം പരന്നുകിടക്കുന്ന പാടശേഖരത്തിലൂടെ ഉന്മാദിനിയായി നടക്കുന്ന രാധയെ മിന്നാമിന്നിക്കൂട്ടമാണ് പലപ്പോഴും അകമ്പടി സേവിക്കുക. നക്ഷത്രങ്ങളപ്പോൾ കുനിഞ്ഞ് നോക്കി രാധയെക്കണ്ട് നെടുവീർപ്പിട്ടു തുടങ്ങും. ഇരുട്ടും രാധയും ഒരു സമന്വയം നടക്കുന്നതു കൊണ്ട് പെട്ടെന്നാർക്കും കണ്ടുപിടിക്കാനാവില്ല.  നേർത്ത ഓടക്കുഴൽ നാദം പുഞ്ചിരിമുക്കിലെ വയലിന്റെ ഏതോ വരമ്പിൽ നിന്നുയരുന്നുണ്ടാകും വഴികാട്ടിയായി. ആ ശബ്ദത്തിലലിഞ്ഞ് രാധയുടെ കാലടികൾ സഞ്ചാരവേഗതകൂട്ടും. അകക്കണ്ണിലെ വെളിച്ചം കൂടെയുള്ളതുകൊണ്ടാകും ഒരു പാമ്പോ പഴുതാരയോ അവളെ ഇതേവരെ ഉപദ്രവിച്ചിട്ടില്ല. ചീവീടുകളുടെ താളം അവളെ മത്തുപിടിപ്പിക്കുന്നുണ്ടാകണം. ശബ്ദത്തിന്റെ ഉറവിടസ്ഥാനത്തെത്തിയാൽ രാധ നില്ക്കും. വേണു ഗാനവും അവിടെ തീരുകയാണ്. മുകളിലെ വിശാലമായ മേൽക്കട്ടിയിലേക്കും അവിടെ അലങ്കരിച്ച നക്ഷത്രവിളക്കുകളിലേക്കും നോക്കി മലർന്നു കിടക്കുന്ന രാധാകൃഷ്ണന്മാരുടെ ശരീരത്തിനു ചുറ്റും ഇരുട്ട് വേലി കെട്ടും.

ഓടക്കുഴലലിഞ്ഞ് അമ്പാടിയിലും വൃന്ദാവനത്തിലും അർമാദിച്ച് രാധ പാതിരാനേരത്ത് തിരിച്ച് തന്റെ വീട്ടിലേക്ക് വന്നുകയറും. കാലവും ദേശവും അവർക്കുവേണ്ടി പുതിയ സമയരേഖകൾ നിശ്ചയിക്കും.. ആ സമയപരിധിക്കുള്ളിൽ രാധയുടെ ചുറ്റും ഒളിഞ്ഞുനോട്ടക്കാരോ സദാചാരക്കാരുടെ ചാരക്കണ്ണുകളോ ശല്യമാകില്ല... സ്വയം കണ്ടെത്തിയ സ്വാതന്ത്ര്യത്തിന്റെ പറുദീസയിൽ ഉന്മാദിനിയായി തിരിച്ചെത്തിയതിന്റെ ആലസ്യത്തിലാണ് അവൾ ഉറക്കത്തിലേക്ക് പ്രവേശിക്കുക. ഇത്തരം കഥാസാഗരത്തിൽ നീന്തിക്കയറുമ്പോൾ ഗന്ധർവ്വ കഥകളിലോ, പ്രേത കഥകളിലോ കാലുളുക്കിയ പരിഭ്രമം തോന്നും.. ഇതൊക്കെ പകൽ നേരങ്ങളിൽ ഞാൻ കാണാറുള്ള രാധയെക്കുറിച്ചാണോ എന്നു വിശ്വസിക്കാനാവാതെ എത്ര കാലം വിഷമിച്ചിട്ടുണ്ട്.

“കൃഷ്ണനെന്താ രാധയെ മങ്ങലം കഴിക്കാത്തത്..?”

സുഹൃദത്തിന്റെ ഊഷ്മളതയിൽ ഒരു സായാഹ്നത്തിലാണ് ചെറിയ

പെൺകുട്ടിയായ ഞാൻ ഈ വലിയ ചോദ്യം രാധയുടെ ബീഡിമുറത്തിലേക്ക് ഇട്ടുകൊടുത്തത്. ബീഡിതെറുപ്പ് നിറുത്തി ദൂരെ പച്ച വിതാനിച്ച ഞാറ്റുകണ്ടങ്ങളുടെ നിഗൂഢതയിലേക്ക് ആഞ്ഞു നോക്കിക്കൊണ്ട് രാധ ഗൗരവത്തിലായി.

"അയ്യയ്യോ... പാടില്ല. പ്രണയിക്കുന്നവരാണ് ഞങ്ങള്... മങ്ങലം കയിഞ്ഞാല് കൃഷ്ണനനും രാധയും ഭർത്താവും ഭാര്യയുമാകൂലേ... അതു വേണ്ടാ. ജീവിതകാലം മുഴുവനും ഞങ്ങളിങ്ങനെ ജീവിക്കും..."

ഇതെന്തൊരു ഭ്രാന്താണെന്ന് തോന്നിയെങ്കിലും ഉപദേശിക്കാനുള്ള കെല്പില്ലാത്ത ഞാൻ മിണ്ടാതിരുന്നു. രാധയുടെ സ്വപ്നലോകത്തേക്ക് കാരമുള്ളുകൾ വലിച്ചെറിയാൻ ഞാനാര്...? എനിക്കറിയാത്ത വലിയവരുടെ മനോവ്യാപാരങ്ങളിലെ അജ്ഞത  പലതും ചോദിക്കുന്നതിൽ നിന്നും എന്നെ പിന്തിരിപ്പിച്ചു. എന്നാൽ കുറേ ദിവസം രാധ ബീഡി തെറുത്തില്ലെന്നും അകത്തെ കട്ടിലിൽ നിന്നും എണീറ്റില്ലെന്നും അന്നാഹാരം കഴിച്ചില്ലെന്നും വാമൊഴിപ്പരസ്യങ്ങൾ അന്തരീക്ഷത്തിലൊഴുകി. കൃഷ്ണൻ മറ്റൊരു പെണ്ണിനെ കല്യാണം കഴിച്ചത്രേ... ഒരുമാസം വരെ മരണവീട്ടിനു തുല്യമായി രാധയുടെ വീടും. അങ്ങോട്ടു ചെന്ന് ആശ്വസിപ്പിക്കേണ്ട വാക്കുകൾ എനിക്കന്യമായിരുന്നു... എന്നെപ്പോലൊരു പെണ്ണിന് രാധയുടെ ദുഃഖം മനസ്സിലാവില്ലെന്ന് പറഞ്ഞാലോ... അതുകൊണ്ടു തന്നെ രാധയെ കാണാതിരിക്കാനാണ് ശ്രമിച്ചത്...പക്ഷേ ഒരു ദിവസം ഒന്നും സംഭവിക്കാത്തതു പോലെ രാധ ബീഡിതെറുക്കാൻ കോലായിലിരുന്നു. അല്പം മങ്ങിയ മുഖമെങ്കിലും സ്ഥായിയായ ഒരു വികാരത്തെ  അവിടെ കുടിയിരുത്തിയിട്ടുണ്ട്. നഷ്ടപ്പെട്ട സന്തോഷങ്ങളെ ബീഡി മുറത്തിലിട്ടു താലോലിക്കുന്ന രാധയെ കണ്ട് അത്ഭുതപ്പെടുമ്പോൾ രാധ പറഞ്ഞു;

"കൃഷണന്റെ മനസ്സിൽ ഞാനേയുള്ളൂ. പിന്നെ എനിക്കെന്തിനാ സങ്കടം..."

എന്തൊരൊറപ്പാണത്... മാത്രമല്ല കൃഷ്ണന്റെ ഇഷ്ടാനിഷ്ടങ്ങളും സ്വഭാവഗുണങ്ങളും പെരുമാറ്റങ്ങളും എണ്ണിപ്പെറുക്കി പുകയിലയിൽ ചേർത്ത് ബീഡിയായി ചുരുണ്ട് മുറുക്കിക്കെട്ടി മുറത്തിൽ ചാഞ്ഞു കിടന്നു. തീവ്രബോധമുള്ള പ്രണയിനിയായി രാധ എന്റെ മനസ്സിൽ അന്നേ വേരുറപ്പിച്ചതാണ്.

കൃഷ്ണന്റെ വിവാഹജീവിതം രാധയ്ക്ക് തടസ്സമായില്ല. പൂർവ്വാധികം തീവ്രതയോടെ അവനെ തന്നിലേക്കടുപ്പിക്കാൻ രാധ ദുർമ്മന്ത്രവാദികളെ കണ്ടുതുടങ്ങി.. ക്ഷേത്ര ദർശനത്തിന് കൂടുതൽ സമയം കണ്ടെ

ത്തി. തന്റെ ജീവിതത്തിന്റെ വൃത്തിനകത്തു നിന്നും കൃഷ്ണൻ പുറത്തുപോകകാതിരിക്കാൻ വീട്ടിലും ചില ഹോമങ്ങൾ നടത്തി.. മന്ത്രവാദികൾ ജപിച്ചു നല്കിയ ഏലസ്സുകളും ചരടുകളും കൃഷ്ണന്റെ അരക്കെട്ടിൽ ഒന്നിനുപിറകെ മറ്റൊന്നായി സ്ഥാനം പിടിച്ചു.. ഭാര്യയറിയാതെ കാമുകിയെ തേടിയെത്തുന്നതിലെ ലഹരിയറിഞ്ഞ് കൃഷ്ണനും ആനന്ദിക്കുന്നുണ്ടായിരുന്നു. പുഞ്ചിരിമുക്കിൽ നിന്നും വീശിയെത്തിയ നേർത്ത കാറ്റിൽ കൃഷ്ണന്റെ ഭാര്യയുടെ തേങ്ങലും ശാപവാക്കുകളും കലർന്നു തുടങ്ങി..തന്റെ പ്രയത്നം സഫലമാകുന്നതിൽ രാധ ഗൂഢമായ ആനന്ദലഹരിയിലായിരുന്നു. എന്നാൽ കൃഷ്ണന്റെ അരക്കെട്ടിലെ ഏലസ്സുകൾ കാണാതായ ഒരു രാത്രി രാധ വിങ്ങിപ്പൊട്ടിക്കരഞ്ഞു. തന്റെ പ്രണയത്തിന്റെ ഒഴുക്കിന് ആദ്യത്തെ ആഘാതമേറ്റതിൽ കൃഷ്ണന്റെ മാറത്ത് ചാഞ്ഞ് കിടന്ന് പിറുപിറുത്തു . നക്ഷത്രങ്ങളില്ലാത്ത ആ രാത്രി കൂടുതൽ ഇരുണ്ടു പോയിരുന്നു. ഒരു തരം മരവിപ്പ് കൃഷ്ണന്റെ വാക്കുകളിലും പ്രവൃത്തികളിലും തിരിച്ചറിഞ്ഞ് രാധ നടുങ്ങി. അചഞ്ചലമായ പ്രണയത്തെ ലോകത്തിന് സമർപ്പിക്കണമെന്ന് ശപഥം ചെയ്ത് വിവാഹം വേണ്ടെന്ന് വെച്ച രാധയുടെ സ്വപ്നലോകം ആ രാത്രിയിലാണ് തകർന്നുടഞ്ഞത്.

പക്ഷേ രാധയെക്കുറിച്ച് മറ്റു പുരുഷന്മാരുടെ പേരുകൾ ചേർത്തു പറഞ്ഞു തുടങ്ങിയപ്പോഴാണ് രാധയുടെ വരാന്തയിൽ ചെന്നിരിക്കുന്ന പതിവു ഞാൻ നിറുത്തിയത്. രാത്രികാലങ്ങളിൽ വൃന്ദാവനത്തിലേക്കുള്ള രാധയുടെ സഞ്ചാരത്തിന് മാറ്റമുണ്ടായില്ലെന്നു മാത്രമല്ല.., ബഹുരൂപികളായ കൃഷ്ണന്മാർ രാസലീലയ്ക്ക് എത്താറുണ്ടെന്നുമറിഞ്ഞ് എന്റെ മനസ്സ് പ്രണയക്കയ്പ്പ് അനുഭവിച്ചു തുടങ്ങി. രാധയുടെ പ്രണയത്തിന്റെ പരിശുദ്ധിയിലായിരുന്നു കൗമാര സ്വപ്നങ്ങൾക്ക് ഞാനും നിറം ചാർത്തിത്തുടങ്ങിയത്. ഉറപ്പുള്ള പ്രണയ സൗധം പണിയാനുള്ള മനസ്സ് പാകപ്പെട്ടു വരുമ്പോഴായിരുന്നു രാധയുടെ ജീവിതഗതി മാറി ഒഴുകിയത്.

ജീവിതത്തിന്റെ തിരക്കുകളിലേക്കും വളർച്ചയിലേക്കും ഞാൻ മാറിയപ്പോൾ രാധയെക്കുറിച്ച് ഓർക്കാതെയായി. കൗമാര കൗതുകങ്ങൾ കൈവിട്ടുപോയ കാലത്ത് ജീവിതത്തിന്റെ വേരുകൾ ഉറപ്പിച്ച് നിർത്തേണ്ട തിരക്കിലായിപ്പോയതാണ്. ഒരിക്കൽ ആരോ പറഞ്ഞു; രാധ ഒളിച്ചോടിപ്പോയെന്ന്. ഈ മധ്യപ്രായത്തിൽ മുത്താറി മുക്കിൽ നിന്നും പുഞ്ചരി മുക്കിലേക്ക് രാധ ഒളിച്ചോടി കൃഷ്ണന്റെ അടുത്തേക്കു തന്നെയായിരിക്കുമെന്നോർത്ത് ചിരിച്ചു പോയി. രാധയുടെ ജീവിതത്തിൽ ദുരൂഹ

ത വർദ്ധിച്ചുവെന്നും ആരോടും അധികം സംസാരിക്കാറില്ലെന്നും ആളുകൾ പറഞ്ഞു തുടങ്ങിയ കാലത്തായിരുന്നു ഈ യാത്ര. പക്ഷേ കഥയുടെ അടരുകൾ തെന്നിമാറിയത് ഞാനറിയുന്നത് പിന്നീടാണ്. ഒരു ദിവസം ബസ്സിറങ്ങി വീട്ടിലേക്ക് വന്ന രാധയോടൊപ്പം സുന്ദരനായ ചെറുപ്പക്കാരനുണ്ടായിരുന്നു. അവശയായ അമ്മയുടെ കാലിൽ നമസ്കരിച്ച് "ഇതെന്റെ പുതിയ കൃഷ്ണനനാ"ണെന്നു രാധ പറഞ്ഞത്രേ... തിമിരക്കണ്ണിൽ അമ്പരപ്പ് പൂത്ത അമ്മ നിഴലും നിലാവും പോലെ ചേർന്നുനില്ക്കുന്ന രണ്ടു പേരെയും നോക്കി ചോദിച്ചത്രേ..,

"ന്താടോ നെന്റെ പേര് ?"

"ആനന്ദകൃഷ്ണൻ..."

അത്രയും കഥ നടന്നിട്ട് പത്തിരുപത്തിയഞ്ച് വർഷമായിക്കാണും.. ദേശത്തെ വയൽവരമ്പുകളും മിന്നാമിന്നിക്കൂട്ടങ്ങളും ഞാറ്റുതലപ്പും ചോദിച്ചിരിക്കാം, രാധയിപ്പോൾ എവിടെയാ?. അന്യനാട്ടിലെ വിടെയോ ഉണ്ടാവാമെന്ന് കാറ്റുവന്നു മൊഴിഞ്ഞു... രാധയിപ്പോൾ ആനന്ദകൃഷണന്റെ ഒപ്പമോ, ഗോപാലകൃഷണന്റെയൊപ്പമോ ആകാമെന്ന് മേഞ്ഞു കൊണ്ടിരുന്ന പശുക്കൾ നീർച്ചാലിലൂടെ ധൃതിയിൽ നടന്നു പോയ കൊറ്റിയോട് സ്വകാര്യം പറയുന്നത് കേട്ട് നെല്ചെടികൾ വാപൊത്തിച്ചിരിച്ചു.

പഴയ പീടികയുടെ അരികിലായി വണ്ടി നിറുത്തി പുറത്തേക്കിറങ്ങുമ്പോൾ തലയുയർത്തി വൃദ്ധനായ കൃഷ്ണൻ എന്നെ നോക്കി. അപരിചിതരോടെന്നപോലെ ആ കണ്ണുകൾ എന്റെ മുഖത്തേക്കു തന്നെ ഉറപ്പിച്ചിരുന്നു.

"കൃഷണേട്ടാ... എന്നെ മനസ്സിലായോ ?"

ചെറിയൊരു പരിചയം പുതുക്കിയപ്പോൾ ഓർമ്മകളുടെ ഓളക്കുത്തുകൾ മുഖത്തേക്കൊഴുകിയെത്തി. എന്നാൽ അവശമായ ഭാവത്തോടെ ഒന്നു മൂളുക മാത്രം ചെയ്തു.

"ഇപ്പോൾ രാധയെവിടെയാ..?"

അറിയാതെ എന്റെ ആകാംഷ തുളുമ്പിപ്പോയി. ഒരു തരം പകപ്പ് ആ കണ്ണുകളിൽ മിന്നിമറിഞ്ഞു.. നീണ്ട പ്രണയകാലത്തിന്റെ ഓർമ്മകളിലേക്ക് കൃഷ്ണൻ ഒഴുകിപ്പോകുന്നത് വിറപൂണ്ട ചുണ്ടുകൾ സാക്ഷ്യമായി. സമ്മോഹനമായ യൗവനത്തിന്റെ നുരയിലും പതയിലും പെട്ട് കൃഷ്ണൻ ആടിയുലയന്നത് കണ്ടപ്പോൾ വേദന തോന്നി. വാർദ്ധക്യത്തിലും മനസ്സിൽ രാധ തന്നെയായിരിക്കണം അയാളുടെ കാമുകി എന്നുറപ്പിക്കാൻ ആ നിശബ്ദത മാത്രം മതിയായിരുന്നു എനിക്ക്...

•

# പത്രോസിന്റെ മുറിവുകൾ

കനത്ത മഴയെ മുറിച്ചുകൊണ്ട് ധൃതിയിൽ മുന്നോട്ട് നടക്കുകയാണ് കുറേയേറെ മനുഷ്യർ. അവർ ശരീരമാസകലം മറച്ചുകൊണ്ടുള്ള വസ്ത്രമാണ് ധരിച്ചിരിക്കുന്നത് . ദൂരെ കിഴക്കാംതൂക്കായി കിടക്കുന്ന റോഡരികിലെവിടെയെങ്കിലും അവരുടെ വാഹനങ്ങൾ വച്ചിട്ടുണ്ടാവണം. ഇങ്ങോട്ട് വരേണ്ട വഴികളൊക്കെ മലവെള്ളപ്പാച്ചിലിനൊപ്പം എങ്ങോട്ടോ ഒഴുകിപ്പോയിരിക്കുന്നു. നടന്നു തേഞ്ഞ വഴികളാണ് ഇവിടെ ഉണ്ടായിരുന്നതിൽ കൂടുതലും. ജീവിതത്തിൽ ഏറെ നടക്കുന്നതുകൊണ്ടു തന്നെ ഇവിടെ ജീവിച്ചവർക്കും കാലിന് വേഗതയും ശക്തിയുമുണ്ടെന്ന് തോന്നിയിട്ടുണ്ട്. എന്നാൽ അത്യാവശ്യത്തിന് ആ വേഗതയ്ക്കൊപ്പം സുരക്ഷിതസ്ഥാനത്തേക്ക് ഓടിയെത്താനോ ജീവൻ നിലനിർത്താനോ ആർക്കും സാധിച്ചില്ല.

തട്ടുകളായി കിടക്കുന്ന പ്രദേശങ്ങളിൽ തേയിലത്തോട്ടങ്ങളിലേക്കുള്ള റോഡുകളൊഴിച്ച് സ്വകാര്യ റോഡുകൾ നന്നേ കുറവായിരുന്നു. മണ്ണിനോട് മനസ്സും ശരീരവും കൊണ്ട് പൊരുതി മുന്നേറുന്ന മനുഷ്യരുടെ കരഞ്ഞും ചിരിച്ചും പറഞ്ഞു തീർക്കുന്ന കഥകളുടെ ചിതറിയ അപ്പക്ഷണങ്ങൾ തന്റെ ചെവിയിലേക്കും വന്നു വീഴാറുണ്ടായിരുന്നു.

“തോട്ടത്തിലോട്ട് നടന്നു പോകുമ്പോഴാ കണ്ടത്. അയാള്ടെ ഒളിച്ച് നില്ക്വാര്ന്ന് . ശലോമിയെന്തിയേന്ന് ചോദിച്ചോണ്ട് ഒരു ചാട്ടമായിരുന്നു. അവളിന്ന് വന്നില്ലാന്ന് പറയുമ്പളേയ്ക്കും ഒറ്റ ഓട്ടമാ. തോട്ടത്തിനുള്ളിലേക്ക് ഊളിയിട്ട് കടന്നു കളഞ്ഞു.”

ജോനമ്മയുടെ ഭയന്നു കിടുങ്ങിയ വാക്കുകൾ ഔസേപ്പ് എന്ന തന്റെ യജമാനന്റെ ചെവികളിൽ പാറി വീഴുന്നതും അയാളുടെ കണ്ണുകളിൽ ക്രൂദ്ധത നിറയുന്നതും കൊച്ചുകോലായുടെ അറ്റത്ത് ചുരുണ്ടു കിടന്നുകൊണ്ട് താൻ കാണുന്നുണ്ടായിരുന്നു. അയാൾ അമറുന്ന ശബ്ദത്തോടെ ശത്രുവിനെ മുന്നിൽ കണ്ടതുപോലെ ഞെരിപിരി കൊണ്ടു.

“ഓനെ ഞാൻ തന്നെ കൊല്ലും... തൊയ് ര്യക്കേടിന് ഒരു കണക്കില്ലേ... ഈ താഴ് വാരത്തും കമ്പനീലും തോട്ടത്തിലും ബേറെ എത്ര പെണ്ണുങ്ങളുണ്ട്... എന്തിനാ ശലോമീന്നും പറഞ്ഞു പിന്നാലെ വര്ന്നേ..?”

ജോനമ്മ അരിപാറ്റി പാത്രത്തിലേക്കിടുകയായിരുന്നു. അത്താഴമൊ

രുക്കാനുള്ള ധൃതിയുണ്ടായിരുന്നു. അകത്ത് വാരികയും വായിച്ച് ഒരു പായയിൽ കമിഴ്ന്ന് കിടക്കുന്ന ശലോമി അപ്പനമ്മമാർ ഭയത്തിന്റെ നൂലട്ടകളെ പെറുക്കിയെറിയുന്നത് അറിയുന്നുണ്ടായിരുന്നില്ല. അവളുടെ അടുത്ത് ഏതോ കളിപ്പാട്ടത്തിന്റെ പൊട്ടിപ്പൊളിഞ്ഞ ഭാഗങ്ങൾ നന്നാക്കാനുള്ള ശ്രമത്തിലാണ് പതിനഞ്ചു വയസുകാരൻ ചെക്കൻ. പഠിത്തം നിറുത്തി തെണ്ടി നടക്കുന്ന നോബിനോട് ആർക്കും താല്പര്യമില്ല. ഔസേപ്പിന്റെ രണ്ടാം സന്തതി മുടിയാൻ നേരത്തുണ്ടായതാണോന്ന് കഴിഞ്ഞ മാസം തോട്ടത്തിലെ മാനേജരുടെ കൈയാളായ സുഗുണൻ ചോദിച്ചതുകേട്ട് അന്ധാളിച്ചു പോയിരുന്നു. ആ ചോദ്യം ചോദിക്കുന്നയാളുടെ പരിഹാസവും കേൾക്കുന്ന ഔസേപ്പിന്റെ വാപൊളിച്ചുള്ള നില്പും തനിക്കോർമ്മയുണ്ട്. എങ്കിലും കുടിച്ചുകൂത്താടി വരുന്ന ഔസേപ്പിന് ഭാര്യയോടും മക്കളോടും അകമഴിഞ്ഞ സ്നേഹമാണ്. കൂലികിട്ടുന്ന ദിവസമാണെങ്കിൽ അത് അതിതീവ്രമാകും.. ദിവസങ്ങൾ ഓരോന്ന് കൊഴിയുംതോറും അത് കുറഞ്ഞു കുറഞ്ഞുവരും. എങ്കിലും രാവിലെയും വൈകിട്ടും എന്തു കഴിക്കുമ്പോഴും അയാൾ തന്നെ പാളി നോക്കാറുണ്ട്. അവസാനം പാത്രത്തിന്റെ ഒരരുകിലേക്ക് മാറ്റിവച്ച ചോറുരുളയെടുത്ത് മുറ്റത്തിന്റെ കോണിലേക്കിട്ടുകൊണ്ടു പറയും...

"പത്രോസേ... വന്ന് അത്താഴം കഴിക്ക്... നെന്റെ കാര്യം എപ്പോളും ഒടുക്കമാണെടോ. എന്താ ചെയ്യ?... പണ്ടുപണ്ടേ അങ്ങനെയാ... യജമാനന്മാര് ഉണ്ടതിന്റെ എച്ചിലാ പട്ടികൾക്ക് പറഞ്ഞിട്ടുള്ളത്.. എങ്കിലേ എന്നെപ്പോലുള്ള യജമാനന്മാർക്ക് വെലയുള്ളൂ. നീയുള്ളതു കൊണ്ടു മാത്രമാണെടാ ഞാനൊരു യജമാനനാകുന്നത്... പണിസ്ഥലത്ത് ചെന്നാൽ ഞാനും ഒരു പട്ടിയെപ്പോലാണെടാ..."

അതും പറഞ്ഞ് ഇരുട്ടിലൂടെ അയാൾ ചൂഴ്ന്നു നോക്കും. ആരെയോ ഭയക്കുന്നതു പോലെ. അയാൾ തന്ന ഉരുളയിലേക്കും അയാളിലേക്കും നോക്കി താൻ വാലാട്ടി നന്ദി രേഖപ്പെടുത്തിയിട്ടേ തിന്നാറുള്ളു. അതു കണ്ടാലേ അയാൾക്കും തൃപ്തിയുള്ളൂ. ഓടിച്ചെന്ന് തിന്നാൽ ശ്രമിച്ചാൽ ഒരു തരം വെറുപ്പ് നുരകുത്തിയ വാക്കുകൾ പുറത്തേക്കു വരും.

"നീയെന്തായാലും നായ തന്നെ. ഒരുരുള ചോറിന് ആരുടെ കൂടെയും നില്ക്കുന്ന വർഗ്ഗം."

അങ്ങനെ പറയുന്നതു കൊണ്ടുതന്നെ യജമാന സ്നേഹത്തിന്റെ പ്രകടനമായ ചില മൂളലും വാലാട്ടലും പുറപ്പെടുവിച്ച് മാത്രമേ അന്നം തൊടുള്ളൂ. അപ്പോൾ തിന്നു കാലിയായ പാത്രം അടുക്കളയിലേക്ക് തള്ളിയിട്ട് ഒരു വറ്റും താഴെ വീഴാതെ നക്കിവെളുപ്പിച്ച കൈ കഴുകാനായി

നോബി മുന്നിലെത്തും. ഒരല്പ സമയം കാത്തു നില്ക്കാനാണ് ഇനി തന്റെ നിയോഗം. ഔസേപ്പ് കൈ കഴുകി ഉടുമുണ്ടിൽ തുടച്ച് പുകയില തപ്പിയെടുക്കുമ്പോൾ മാത്രമേ അകത്തു നിന്നും പുറത്തേക്ക് പാദസര കിലുക്കം കേൾക്കൂ. നേർത്ത നടത്തത്തിന്റെ താളത്തിൽ ശലോമി മുറ്റത്തു വന്നു ഒരു കിളിയൊച്ചയിൽ പറയും

"ങ്ഹാ...നീയെന്നെ വെയിറ്റ് ചെയ്യാണല്ലേ..ഉം.. ഇന്നത്തെ കൂട്ടാനൊന്നും കൊള്ളൂല പത്രോസേ... ഇത്തിരി ഒണക്കമീനുണ്ടെങ്കിൽ തിന്നായിരുന്നു.. പക്ഷേ ആരോട് പറയാനാ..."

അത്രയും കാര്യങ്ങൾ തന്നോട് ശലോമി പറയുന്നതെന്തിനാണെന്ന് തനിക്കറിയാം. അവളുടെ അമ്മ ജോനമ്മ വിളമ്പിക്കൊടുത്ത ഭക്ഷണം പാതിപോലും കഴിച്ചിട്ടുണ്ടാവില്ല. അവളത് തനിക്ക് തരികയാണ്. ഇനിയത് മറ്റാരുടെയെങ്കിലും കണ്ണിൽ പെടുന്നതിനു മുമ്പ് തിന്നു തീർക്കേണ്ടത് തന്റെ ഉത്തരവാദിത്വമാണ്. അവളതും നോക്കി നിന്നിട്ടുണ്ടാവും. എല്ലാം കഴിഞ്ഞ്  നാവുകൊണ്ട് ചിറി നക്കി കണ്ണിൽ നന്ദി പെരുക്കി വാലാട്ടി താൻ കുണുകുണേ ശലോമിയോട് സംസാരിക്കും. അപ്പോൾ അവൾ കുനിഞ്ഞിരുന്നു തന്റെ കണ്ണിലേക്ക് നോക്കിക്കൊണ്ടു പറയും.,

"നാളെ തോട്ടത്തിലേക്ക് പോകുമ്പോൾ നീയും വരണേ.. ഒറ്റയ്ക്ക് പോവാൻ  പേട്യായായിട്ടാണ്..."

തന്റെ ഉത്തരം നേരിയ മൂളലിലൊതുക്കി. അവൾക്കത് മനസ്സിലായെന്ന് തോന്നുന്നു. അവരുടെ കൂട്ടത്തിലുള്ളവരുടെ പേരാണ് തനിക്ക് തന്നിരിക്കുന്നത്. പത്രോസേ.. എന്നു വിളിക്കുമ്പോൾ അതൊരു മനുഷ്യനല്ല എന്ന് ആർക്കാണ് പെട്ടെന്ന് മനസ്സിലാവുക.?.അവരിൽ ഒരാളു തന്നെയാണ് താനെന്ന് തനിക്കും തോന്നിയിട്ടുണ്ട്. പിറ്റേന്ന് അവളുടെ പിന്നാലെ നടക്കുമ്പോൾ അവളെന്തിനാണ് നിശബ്ദത പാലിച്ചത് എന്ന് മനസ്സിലായത്  തോട്ടത്തിലെ തേയിലച്ചെടികൾക്കിടയിൽ നിന്നും ഒരാൾ പെട്ടെന്ന് ഉയർന്നപ്പോഴാണ്. അയാൾ ശലോമിയെ രണ്ടു കൈകൊണ്ടും തടഞ്ഞു.

"നീ ഇന്നെങ്കിലും എന്റെ കൂടെ വരണം. മുതലാളി പറയാൻ തൊടങ്ങീറ്റ് കൊറേയായി..അല്ലേൽ നെന്റെ അപ്പന്റേം.. അമ്മേന്റേം പണി തെറിപ്പിക്കും നോക്കിക്കോ."

അമർന്ന ഭീഷണി കേട്ട് നടുങ്ങി നില്കുകയാണ് ശലോമി . അവളുടെ തൊട്ടടുത്ത് പാവാട മുട്ടിയുരുമ്മി നില്ക്കുന്ന തന്നെ അയാൾ ശ്രദ്ധിച്ചതേയില്ല. എന്താണവന്റെ ആവശ്യമെന്ന് ചിന്തിക്കുമ്പോഴേയ്ക്കും ശലോമി പറഞ്ഞു;

"എന്നെ നോക്കണ്ട. എന്നെ അതിന് കിട്ടൂല.. നീ പോ ..ചെയ്ത്താനേ..."

ശലോമിയുടെ വാക്കുകൾ കേട്ട് താനാണ് കൗതുകപ്പെട്ടത്. അയാൾ ശലോമിയെ നോക്കി ദഹിപ്പിച്ചു. പിന്നെ മുന്നോട്ടു നടക്കുന്ന അവളെ കോരിയെടുത്തു കൊണ്ടൊരു പോക്കായിരുന്നു. അവളുടെ നിലവിളി താഴ് വാരങ്ങളിലെ മരങ്ങളെയും ചായച്ചെടികളെയും നടുക്കിക്കളഞ്ഞു. ഇടിമിന്നൽ പുളഞ്ഞു പോകുന്നതുപോലെയായിരുന്നു ആ നിലവിളി. പിന്നെന്താണ് ഉണ്ടായത് ! താൻ ഓടിച്ചെന്ന് അയാളുടെ മാംസളമായ കാലിൽ കടിച്ചു തൂങ്ങിയത് ഓർമ്മയുണ്ട്. അയാളുടെ അലർച്ചയിൽ താൻ പോലും ഞെട്ടിപ്പോയി. രക്ഷപ്പെട്ടോടിയ ശലോമിക്ക് പിന്നാലെ താനും ഓടുകയായിരുന്നു. വീട്ടിലെത്തിയിട്ടേ ഓട്ടം നിലച്ചുള്ളൂ.

അവളെ രക്ഷിച്ചത് താനാണെന്ന് പറഞ്ഞു കൊണ്ട് ഔസേപ്പും ജോനമ്മയും ഒരു പാട് ചോറു വിളമ്പിത്തന്നു. ഔസേപ്പ് തന്റെ തലയിൽ തടവി കണ്ണീർ വാർത്തു. "നീയെന്റെ മോളുടെ മാനം കാത്തല്ലോ" എന്നു പറഞ്ഞ് കെട്ടിപ്പിടിച്ച് കരഞ്ഞത് ജോനമ്മയാണ്. ശരിക്കും ഒരമ്മയുടെ സങ്കടം തന്റെ ഉള്ളിലേക്കും കടന്നു. ഒരിക്കലും തന്നോട് കൂട്ടുകൂടാൻ വരാത്ത നോബിച്ചെറുക്കൻ തനിക്കു വേണ്ടി മുറുക്കും ഉണക്കമീനും വാങ്ങി കൊണ്ടുവന്നു. എന്നിട്ട് കണ്ണുകൊണ്ട് "ഗംഭീരായി പത്രോസേ..."എന്നൊരു ആംഗ്യവും മുഖം നിറയെ ചിരിയും സമ്മാനിച്ചു. തന്റെ യജമാനന്റെ കുടുംബത്തിലെ ഒരാൾ തന്നെയാണ് താനെന്ന് അംഗീകരിക്കപ്പെട്ടു കഴിഞ്ഞു. പട്ടിക്കൊരിടം നല്കാൻ ഔസേപ്പും നല്ലപോലെ ശ്രമിച്ചിരുന്നു. ശലോമി കൂടപ്പിറപ്പിനോടെന്നപോലെ പല കാര്യങ്ങളും തന്നോട് പറയാറുണ്ട്...

"പത്രോസേ... എനിക്കൊരുപാട് കാര്യം പറയാനുണ്ട്... അതൊക്കെ കേൾക്കാൻ നീയല്ലാതെ വേറെ ആരാണുള്ളത്. തോട്ടത്തിലെ ആണുങ്ങൾ എന്റെ നേരെ നോക്കുന്നത് കാണുമ്പോൾ അട്ട കയറുന്നതുപോലൊരു അറപ്പ് എന്റെ ശരീരത്തിന് തോന്നും...എന്താ ചെയ്യാ... പേടിച്ചിട്ടാ ഞാനും പണിക്ക് പോകുന്നത്... അപ്പനുമമ്മയും ഇതൊക്കെ അറിയുമ്പോൾ പേടിക്കും."

അതായിരുന്നു ശലോമിയുടെ പ്രധാന ഭയങ്ങളിലൊന്ന്. ആശ്വസിപ്പിക്കാൻ വാക്കുകളില്ലാതെ താൻ മുട്ടിയുരുമ്മി അവളുടെ കണ്ണുകളിലേക്ക് നോക്കും. അതു കാണുമ്പോൾ പുഞ്ചിരിയുടെ നിലാവ് അവളുടെ മുഖത്ത് നിറയും. മനസ്സുതുറന്നു പറയാനുള്ള കൂട്ടുകാരികളൊന്നും അവൾക്കുണ്ടായിരുന്നില്ല... അമ്മയുടെ നിഴലുപറ്റി ജീവിക്കുന്ന ഒരു പാവം

പെണ്ണ്. എന്നിട്ടിപ്പോൾ അവളല്ലേ തന്നെ വിട്ടു പോയത്... ഓർമ്മകളിലൂടെ തെന്നിത്തെന്നി നനഞ്ഞു കുതിർന്ന മണ്ണിന്റെ ഗന്ധമറിഞ്ഞ് നടക്കുകയാണ് രണ്ടു രാപ്പകലുകൾ... ശലോമിയുടെ ഗന്ധം, അതുമല്ലെങ്കിൽ തന്റെ യജമാനന്റെ ഗന്ധം... ഏതെങ്കിലുമൊന്ന്, കുഴഞ്ഞു കിടക്കുന്ന മണ്ണിനുള്ളിൽ നിന്നും കടന്നു വരുമെന്ന് പ്രതീക്ഷിച്ചാണ് ഈ അലച്ചിലൊക്കെ...

"ഏതാണീ പട്ടി... രണ്ടു ദിവസമായി അതിവിടെ കറങ്ങുന്നു. ഇത്രയും മഴയും കൊണ്ട് ഈ ചളിയിലൂടെ നടക്കുന്നതെന്തിനാണാവോ... കല്ലെറിഞ്ഞിട്ടും പോകുന്നില്ലല്ലോ..."

"ശരിയാ... നമ്മളും നേരത്തെ അതുതന്നെ പറയുകയായിരുന്നു... മണ്ണിനടിയിൽ പെട്ട കുടുംബത്തോടൊപ്പം ജീവിച്ചതായിരിക്കും. അതാണ് ഇവിടെ കറങ്ങി നടക്കുന്നത്."

മനുഷ്യരുടെ അഭിപ്രായങ്ങളങ്ങനെ ചാറ്റൽ മഴ പോലെ നിർത്താതെ പെയ്തു കൊണ്ടിരിക്കുന്നു. അവർക്കെന്തറിയാം.! ഇന്നലെ മുതലേ തനിക്ക് ഔസേപ്പിന്റെയും ജോനമ്മയുടെയും ഗന്ധമറിയുന്നുണ്ട്. നിർത്താതെ പെയ്യുന്ന മഴരാത്രികളിൽ ജോനമ്മ, ഔസേപ്പിനോട് സങ്കടത്തോടെ പറയുന്നത് താനും കേട്ടതാണല്ലോ..

"ഇച്ചായാ... ഈ മഴ നമ്മളേയും കൊണ്ടേ പോകുള്ളൂ എന്നാ തോന്നുന്നത്..."

"നാക്കെടുത്ത് വളക്കാതെ മൂശട്ടേ..."

ഭീകരമായ ഇടിയും മഴയും കണ്ട് ചങ്കിടിച്ചു നില്ക്കുന്ന ഔസേപ്പ് തൊണ്ടയിൽ കുരുങ്ങിയ വാക്കുകളെ പുറത്തേക്കിട്ടു. ചായ്ച്ചു കെട്ടിയ വരാന്തയിലെ ചാക്കു കെട്ടിൽ ചുരുണ്ടിരിക്കുന്ന തനിക്ക് അവരുടെ ഭീതി മനസ്സിലാവുന്നുണ്ട്. ആകെയുള്ള കൊച്ചുവീടും അരയേക്കർ ഭൂമിയും മാത്രമുള്ള ഔസേപ്പിന് സ്വന്തം ഇരിപ്പിടത്തേക്കുറിച്ച് ആധി തന്നെയാണ്. കുത്തിയൊലിച്ചിറങ്ങുന്ന മലവെള്ളം കാണുമ്പോൾ അയാൾ ഭാര്യയേയും മക്കളേയും വിളിച്ചുണർത്തും. വൈദ്യുതി നിലച്ച രാത്രികളായിരിക്കും മഴക്കാലങ്ങളിലേറെയും. കത്തിച്ചുവച്ച മണ്ണെണ്ണ വിളക്കിന് ചുറ്റും സ്തോത്രം ചൊല്ലി ജോനമ്മ നേരം വെളുപ്പിക്കും.. ഉറക്കത്തിന്റെ ഊഞ്ഞാലിൽ അമ്മച്ചിയുടെ മടിയിൽ തലവച്ച് ശലോമി ചുരുണ്ടു കിടക്കും. നേർത്ത കൂർക്കംവലിയെ കൂട്ടുപിടിച്ച് ചെക്കൻ തന്റെ സമീപത്ത് വന്നിരുന്നു ഉറങ്ങും. ചുറ്റുപാടും ടോർച്ചടിച്ച് ഔസേപ്പ് മാത്രം കണ്ണു തുറന്നിരിക്കും. പെരുമഴയുള്ള എല്ലാ രാത്രികളേയും അയാൾ പകലുകളാക്കുന്നത് ഭയം കൊണ്ടാണെന്ന് തനിക്കറിയാം. മൂന്നു ദിവസം മുമ്പു

ള്ള രാത്രിയിലും നിർത്താതെ പെയ്യുന്ന മഴകണ്ട് ഔസേപ്പ് പറഞ്ഞു...

"എടിയേ... മക്കളെ വിളിക്ക്... വേഗം അത്താഴം കഴിക്ക്... മഴയ്ക്കെന്തോ താളം തെറ്റുന്നുണ്ടെന്ന് എനിക്കൊരു സംശയം... നമുക്ക് അങ്ങേച്ചെരിവിലെ വറീതിന്റെവിടെ ചെല്ലാം... കാലത്തിങ്ങ് പോരാലോ..."

പുല്ലുപായയിൽ കമിഴ്ന്ന് കിടന്ന് മൊബൈലിൽ ചിക്കിച്ചികയുന്ന ശലോമിയുടെ അടുത്ത് കിടന്ന് ഏതോ രസം കൊല്ലിക്കാഴ്ചകളിൽ അമർന്നു പോയിരുന്നു ചെക്കനും. ഇന്നത്തെ അത്താഴത്തിന് ഇത്തിരി പോത്ത് ഉലർത്തിയതുണ്ടെന്ന് ജോനമ്മയുടെ അടുക്കള നേരത്തേ തന്നെ തനിക്ക് അറിയിപ്പ് തന്നിരുന്നു. പുറത്തെ ഇരുട്ടും മഴയും കാറ്റുമൊക്കെ ഉണ്ടെങ്കിലും ഒരു കൊതി വന്ന് താൻ അടുക്കളയിലേക്ക് തന്നെ നോക്കിക്കിടക്കുകയായിരുന്നു. പാത്രങ്ങളുടെ തട്ടലും മുട്ടലും പൂതി പെരുപ്പിക്കുന്നുണ്ട്. ഒന്നോ രണ്ടോ കഷ്ണം തനിക്കും ജോനമ്മ തരുമെന്നുറപ്പാണ്. ഔസേപ്പ് വിളക്കിനടുത്തേക്ക് നീങ്ങിയിരുന്നു.

"ഇത്ര നേരത്തെയെന്താ ഭക്ഷണം..?"

ചെക്കന്റെ ചോദ്യത്തിന് അപ്പനാണ് മറുപടി കൊടുത്തത്;

"ഉം.. കഴിക്ക്.. വേഗമിവിടുന്ന് എറങ്ങണം..."

അപ്പന്റെ വാക്കുകളിൽ അമ്പരന്ന് മുന്നിൽ വച്ച ആഹാരത്തിലേക്ക് നോക്കുകയാണ് ചെക്കൻ. തന്റെ കാഴ്ചകളപ്പോൾ മറ്റൊന്നായിരുന്നു. ഒരു മണ്ണെണ്ണ വിളക്കിനുചുറ്റും നിഴൽ ചിത്രങ്ങൾ പോലെ അച്ഛനും അമ്മയും മക്കളും പരസ്പരം നോക്കിക്കൊണ്ട് പാത്രത്തിലേക്ക് കൈയിട്ടിരിക്കുന്നു. ഔസേപ്പിന്റെ കണ്ണുകളിലെ ഭീതി ജോനമ്മയിലേക്കും പടരുന്നുണ്ട്. എന്നാൽ ഉലർത്തിയ പോത്തിറച്ചിയിലേക്ക് വിരല് കുത്തി ചേച്ചിയെ ചാഞ്ഞു നോക്കുകയാണ് ചെക്കൻ. സാധാരണ കാണിക്കാറുള്ള ആർത്തിയൊന്നും അവന്റെ മുഖത്തില്ല.

തനിക്കാണ് അപ്പോൾ എന്തോ മന:പ്രയാസമുണ്ടായത്. വിശപ്പു കെട്ടു, ഭക്ഷണത്തിന്റെ ഗന്ധങ്ങളെല്ലാം അപ്രത്യക്ഷമായതു പോലെ. എല്ലാം ശബ്ദങ്ങളായതുപോലെ. ഇരുന്ന ഭൂമിയുടെ ഉള്ളിൽ നിന്നും ആരോ അട്ടഹസിക്കുന്നതു പോലെ... കമിഴ്ന്നു കിടന്ന് ചെവിയോർത്തു. മഴയോ ഇടിയോ അല്ലാത്ത ഒരു തരം ഹുങ്കാരം... ഒരു തരം ദയനീയ നിലവിളി.. ഒരു തരം ആക്രോശം... അറിയാതെ ചാടിയെണീറ്റു. കൈകാലുകൾ വിറച്ചെങ്കിലും അറിയാതെ മോങ്ങി വിളിച്ചു പോയി...

"ഔസേപ്പേ... ജോനമ്മോ...!!"

എന്നു തന്നെയാണ് താൻ വിളിച്ചത്... തന്റെ വിളിയിൽ ഞെട്ടിത്തരിച്ച് അവർ ചോറുരുളയോടെ എണ്ണീറ്റു. ശരിക്കും താനവരുടെ ഭാഷയിൽ

തന്നെയാണ് വിളിച്ചത്. അതെങ്ങയുണ്ടായെന്നറിയില്ല... പിന്നീട് താനെ ത്ര പ്രാവശ്യം കൂവിയെന്നറിയില്ല. ശലോമിയുടെ പാവാടത്തുമ്പിൽ കടിച്ചുകൊണ്ട് താനാണാദ്യം ഓടിയത്... ചെക്കൻ ഞെട്ടുന്നതും അമ്മച്ചിയുടെ ദേഹത്തോട് ഒട്ടി നില്ക്കുന്നതും താൻ കണ്ടതാണ്.

വലിയ വലിയ ശബ്ദങ്ങളോടെ വീടിരിക്കുന്നിടത്തേക്ക് മല അലറിവരുന്നത് അറിഞ്ഞതും, താൻ ശലോമിയോടൊപ്പം ഓടിയത് ഓർമ്മയുണ്ട്... ഇരുട്ടിൽ ദിശനഷ്ടപ്പെട്ട ശലോമിയുടെ നിലവിളി ഒരിക്കലേ കേട്ടുള്ളു... താൻ വളരെ ദൂരത്തേക്ക് വലിച്ചെറിയപ്പെട്ടു...

ഇതാ ഇവിടെ നിന്നും അവരുടെ ഗന്ധം തന്നെ തേടിയെത്തുന്നുണ്ട്. പച്ച മണ്ണിനെ തുളച്ചു കൊണ്ട് പത്രോസേയെന്ന് ശ്വാസം മുട്ടി വിളിക്കുന്നുണ്ട്. പലരും ചവുട്ടിക്കടന്നു പോയ, തിരച്ചിലുകളവസാനിപ്പിച്ച മണ്ണിലേക്ക് താൻ കാലു കൊണ്ട് മാന്തിക്കൊണ്ടിരിക്കുമ്പോഴാണ് മനുഷ്യര് എറിഞ്ഞോടിക്കാൻ ശ്രമിച്ചത്...

“ഇതാ ഇവിടെയുണ്ട്...” താൻ ഉറക്കെ പറയുന്നുണ്ട്... പക്ഷേ അന്നത്തെ മനുഷ്യശബ്ദം തനിക്ക് നഷ്ടമായിരിക്കുന്നു. തന്റെ യജമാനന്റെ കള്ളുമണക്കുന്ന തെറിയും ജോനമ്മയുടെ ആധി പിടിച്ച മുഖവും രഹസ്യം പറയുന്ന ശലോമിയുടെ നുണക്കുഴികളും വൈകിയിട്ടാണെങ്കിലും തന്നെ അംഗീകരിച്ച നോബിനും തന്റെ കാൽച്ചുവട്ടിലെ ചളിമണ്ണിൽ ഗന്ധമായി കിടപ്പുണ്ടെന്ന് പറയാൻ കഴിയാതെ ഉറക്കെ വിളിച്ചു കൂവി...

“നായ ഓരിയിടുന്നല്ലോ.. വീണ്ടും ആപത്തു തന്നെ...”

തളർന്നു മോങ്ങുന്ന പത്രോസിനോട് കുന്നും മലയും പതിഞ്ഞ ശബ്ദത്തിൽ സംസാരിച്ചു. ചെറിയ ചെറിയ ഞരക്കങ്ങൾ... ധമനികളിലെ ഇളക്കങ്ങൾ... “കൈവിവിട്ടു പോകുകയാണ് പത്രോസേ... മാറി നില്ക്കൂ...” ഭൂമിയുടെ നിലവിളി ചെവിയിലലച്ചു... പെട്ടെന്ന് പൊട്ടിയൊഴുകി വന്നു ചോരച്ചാലു തീർത്ത മണ്ണൊലിപ്പിൽ നിന്നും രക്ഷപ്പെടാനായി ആളുകൾ ഓടി മറഞ്ഞു. കലങ്ങിയ മൺചാലുകളിലൂടെ എന്തൊക്കെയോ ശക്തമായി ഒഴുകിപ്പോയി... പിടുത്തം വിട്ട മണ്ണ് ഇളകി എങ്ങോട്ടൊക്കെയോ പാഞ്ഞു പോകുന്നു. ഏതൊക്കെയേ ജീവജാലങ്ങളുടെ ശവങ്ങളുടെ അറ്റുപോയ ഭാഗങ്ങളെ വഹിച്ചുകൊണ്ടുള്ള യാത്രയാണ്... മണ്ണിൽ നിന്നും കരിവളയിട്ട ശലോമിയുടെ കൈകൾ തെളിഞ്ഞു വരുന്നതു കണ്ടു. മനസ്സിൽ സന്തോഷം കലർന്ന സങ്കടത്തിന്റെ തിരമാലകളുയർന്നുപൊങ്ങി. രണ്ടു ദിവസം മുമ്പ് അവളെ ഒളിച്ചു കടത്തിയ മണ്ണ് തന്നെ ഇപ്പോൾ ഭൂമിക്ക് മുകളിലേക്ക് ഉയർത്തിപ്പിടിച്ചിരിക്കുന്നു... ഉയർത്തപ്പെട്ട അവളുടെ ആ കൈനിറയെ കറുത്ത കുപ്പിവളകളുണ്ടായിരു

ന്നു.. ആ വളക്കിലുക്കം കേട്ട് താനെത്ര സന്തോഷിച്ചിരുന്നു എന്നോർത്തപ്പോൾ അറിയാതെ നിലവിളിച്ചു...

"ശലോമിയേ..."

ആളുകൾ ഓടിക്കൂടുന്നത് കണ്ടപ്പോഴും വിളി നിർത്താനായില്ല. അപ്പോഴേയ്ക്ക് കാല്ച്ചുവട്ടിലേക്ക് മണ്ണിനൊപ്പം ഒഴുകിയെത്തിയ ഔസേപ്പിന്റെ കുഴിനഖംകൊണ്ട് വികൃതമായ കാല്പാദങ്ങളെ കണ്ട് പത്രോസ് ആകാശത്തേക്ക് മിഴിയുയർത്തി നിലവിളിക്കാനാവാതെ വാതുറന്നു പിടിച്ചങ്ങനെ നിന്നു പോയി.

•

# തുന്നൽക്കാരന്റെ ആത്മഗതങ്ങൾ

എത്രയും വേഗം മോർച്ചറിയിലേക്ക് വരണം എന്ന് ഡോക്ടർ വിളിച്ചു പറയുമ്പോൾ തീൻമേശയിലെ പാത്രത്തിൽ നിറച്ചു വച്ച കൂന്തലിൽ ആഞ്ഞു നോക്കുകയായിരുന്നു താൻ... നല്ല പോലെ മസാല കുത്തിനിറച്ച് മുഴുവനായും പൊരിച്ചു കൊണ്ടു വച്ചിരിക്കുകയാണ്... ചൂണ്ടുവിരലുകൊണ്ട് കൂന്തലിനെ തിരിച്ചും മറിച്ചുമിട്ട് പരിശോധിക്കുമ്പോൾ മസാലക്കൂട്ടിൽ കാശ്മീരി മുളക് പൊടി ധാരാളം ചേർത്തിട്ടുണ്ടെന്ന് മനസ്സിലോർത്തു.. എന്ത് പൊരിച്ചാലും ചൊകചൊകാന്ന് കെടക്കണമെന്ന് കെട്ടിയോളോട് കടുപ്പത്തിൽ പറയാറുണ്ട്... മസാലക്കൂട്ടിൽ കൈമുക്കി മീനുകളിൽ തേച്ചുപിടിപ്പിക്കുന്ന അവളുടെ കൈകൾ കാണുമ്പോൾ കൈയുറയിട്ട്, മോർച്ചറിയിൽ ശരീരങ്ങൾ തുന്നിക്കൂട്ടുന്ന തന്റെ കൈകളെ ഓർമ്മവരും.. ചോർന്നൊലിക്കുന്ന ചോരവഴികളിൽ രണ്ടു കൈകളും ചേർത്ത് ജീവനറ്റ മാംസങ്ങളെ തുന്നിക്കെട്ടാൻ മത്സരിക്കുന്ന തന്നോട് ശരീരങ്ങൾ നിസ്സഹായതയോടെ പറയുന്നത് തന്റെ തോന്നലായിരിക്കാം..

"ദേ ... പവിത്രാ...ചത്തെങ്കിലും, കൊന്നെങ്കിലും ഈ ശരീരത്തെ ഞാനേറെ സ്നേഹിച്ചതാണ്. സുഗന്ധങ്ങളും നല്ല വസ്ത്രങ്ങളും കൊണ്ട് എത്ര കാലം അലങ്കരിച്ചതാണ്.. നീയെന്റെ ശരീരത്തോട് ഇത്തിരി നീതി പുലർത്തണം... ചോർന്നുപോയത് രക്തമല്ല ജീവനാണ്... ഇനി കൃത്യമായി നീയെന്നെ തുന്നിയെടുക്കണം. ഇങ്ങനെ കീറിപ്പറിഞ്ഞ് വികൃതമായി ആരുടെ മുന്നിലും നിവർന്നു കിടക്കാൻ വയ്യ. ഇത്ര നേരത്തേ എനിക്ക് ഇങ്ങനെ ചത്തു കിടക്കേണ്ടി വരുമെന്ന് ഞാനൊരിക്കലും കരുതിയതല്ല. മാത്രമല്ല എത്ര പേരുടെ കൈകളിലൂടെയാണ് നിന്റെ മുന്നിൽ ഞാൻ തുറന്ന പുസ്തകമായി കിടക്കുന്നത്."

തന്റെ ചുണ്ടിൽ ചരിഞ്ഞുകോടിയ ചിരി വിരിഞ്ഞിരിക്കാം. ചത്തിട്ടും ചമഞ്ഞു കിടക്കാനുള്ള മനുഷ്യന്റെ ആർത്തിയെക്കുറിച്ചായിരുന്നു തന്റെ മനസ്സിലെ വിചാരം... ആ വിചാരങ്ങളെ കൊള്ളയടിക്കാനുള്ള കഴിവു നേടിയവരല്ലേ മരണപ്പെട്ടവർ... അതുകൊണ്ട് കൂടുതൽ വിചാരങ്ങളിലേക്ക് മനസ്സിനെ കൊണ്ടുപോകാതിരിക്കണം. തന്റെ വിചാരങ്ങളെ അവർ വായിച്ചെടുക്കുമോ എന്ന സന്ദേഹം മനസ്സിൽ മുട്ടിത്തിരിഞ്ഞു.

കനത്ത നിശബ്ദതയിൽ പോസ്റ്റ് മോർട്ടം മുറി ഒരു തടവറയെപ്പോലെ തോന്നിച്ചു. ഡോക്ടർമാരും സഹായികളും ഇറങ്ങിപ്പോയിരിക്കുന്നു. കേസിനു വേണ്ട ഒരല്പം തെളിവുകളേ ഈ ശരീരത്തിൽ നിന്നും കിട്ടാനുള്ളൂ. കൊലപാതകി സ്വയം കീഴടങ്ങിയതാണല്ലോ.. ഇത്രയധികം കുത്തലും കീറലും ഒരു വ്യക്തി തന്റെ ഭാര്യയുടെ ശരീരത്തിൽ ചെയ്യണമെങ്കിൽ അയാളുടെ മനസ്സ് കല്ലുപോലെ ഉറച്ചതായിരിക്കണം...

"പവിത്രാ.. ഈ ശരീരം കണ്ടാണ് അയാളെന്നെ കല്യാണം കഴിച്ചത്... ഇത് ആദ്യമായി അനുഭവിച്ചതും അയാളു തന്നെ...എന്റെ ശരീരത്തിന് കൈതപ്പൂ നിറമാണെന്നും ചെമ്പകപ്പൂവാസനയാണെന്നും ആദ്യമായി അടയാളപ്പെടുത്തിയതും അതേ മനുഷ്യനാണ്...അയാളെന്റെ ശരീരത്തിൽ മുങ്ങിക്കുളിക്കുകയായിരുന്നു... ഒരു പാട് വർഷം...പക്ഷേ... എനിക്ക് മടുത്തു പോയി... ശരീരമാണോ ഞാൻ...എന്റെ മനസ്സിനെ അയാള് തിരിഞ്ഞു നോക്കിയതേയില്ല... പരിഗണിച്ചില്ല... അപ്പോഴാണ് മറ്റൊരാളുടെ ഹൃദയക്കൊമ്പിലേക്ക് ഞാൻ ചാടിയത്... അയാൾക്കെന്റെ ശരീരം വേണ്ടായിരുന്നു. എപ്പോഴും പുസ്തകങ്ങളെക്കുറിച്ചും, സിനിമകളെക്കുറിച്ചും പ്രകൃതിയെക്കുറിച്ചും സംസാരിക്കണം. ഞാനരികിലുണ്ടായാൽ മാത്രം മതി... മനസ്സിന്റെ കൂട്ട് എനിക്കേറ്റവും അത്യാവശ്യമായിരുന്നു. എന്റെ സ്വപ്നങ്ങളിലെ രാജകുമാരനായിരുന്നു... എന്റെ ഭർത്താവിനത് മനസ്സിലായില്ല... അതുകൊണ്ടാണ് എന്റെ കൂട്ടുകാരന്റെ മുന്നിലിട്ട് എന്നെ വെട്ടിനുറുക്കിയത്..."

താൻ എല്ലാം വിശ്വസിച്ചതു പോലെ പതുക്കെ തല കുലുക്കി. ഒരു സ്ത്രീയും പുരുഷനും അടുത്തിരുന്ന് കഥ പറഞ്ഞതിന്റെ പേരിലൊരു കൊല നടന്നിരിക്കുന്നു. ആ ശരീരം തുന്നിക്കെട്ടാനുള്ള നിയോഗം തനിക്ക് വന്നിരിക്കുന്നു. അപ്പോൾ വിശുദ്ധപ്രണയത്തിന്റെ രക്തസാക്ഷിയാണിത്.. അങ്ങനെയോർത്ത് ബഹുമാനം ഒട്ടും കുറയ്ക്കാതെ തുന്നിക്കൂട്ടുന്ന ശരീരത്തെ താനും നോക്കിപ്പോയി. ശരിയാണ് വെട്ടലും ചാവലുമില്ലായിരുന്നെങ്കിൽ ഇവരൊരു സുന്ദരിയായിരിക്കണം. അതാണിത്രയും കാമം ഭർത്താവ് പ്രകടിപ്പിച്ചത്... പക്ഷേ ഇത്രയേയുള്ളൂ ജീവിതമെന്ന് ഒരു തത്വചിന്ത അവരുമായി പങ്കുവെയ്ക്കണമെന്ന് തോന്നിപ്പോയി. തുടുത്ത കവിളും ഉയർന്ന മാറിടവും ഒരുങ്ങിയ അരക്കെട്ടും ചോരക്കറ പറ്റിയതെങ്കിലും വടിവൊത്തതു തന്നെ. ഇതിലും സുന്ദരിമാരെ താനെത്ര കണ്ടിരിക്കുന്നു. കെട്ടിത്തൂങ്ങിയവരും വിഷം കുടിച്ചവരുമൊക്കെ.. നോക്കി നിന്നാലും മതിവരാത്ത ഒരാർത്തി മനസ്സിൽ തെളിഞ്ഞു നില്ക്കും... ആ ശരീരങ്ങളിൽ സ്പർശിക്കുമ്പോൾ സ്വയം മറന്നു പോകും. സൂചി

യും നൂലും കൈയിലുണ്ടെന്ന് ഒരു നിമിഷം ചിന്തയിലുണ്ടാവില്ല... ശരീര ഭാഗങ്ങളിലൂടെ തന്റെ കൈസഞ്ചരിക്കേണ്ടതായിവരും.. സ്വയം നിയന്ത്രണത്തിലെത്തുമ്പോഴാണ് ഇതൊരു ശവമാണെന്ന് മനസ്സ് അംഗീകരിക്കുക. പിന്നെ പതുക്കെ ശരീരത്തെ മനോഹരമായി തുന്നിച്ചേർത്ത് അവരുടെ ആത്മാവിന് സമാധാനം നല്കാൻ ശ്രമിക്കും. പക്ഷേ ഇപ്പോൾ സമയം തീരേയില്ല. അടുത്ത ശവം ഡോക്ടർമ്മാർ വെട്ടിപ്പൊളിക്കുന്ന ശബ്ദം കാതുകളിൽ വന്നലച്ചതു കൊണ്ട് സുന്ദരിയുടെ ശരീരം അവിടവിടെ തുന്നിയത് ശരിയായില്ലെന്ന് തോന്നി. തെറ്റുകൾ ചെയ്ത ആത്മാവല്ലേ.. ശരീരത്തിന്റെ ഫിനിഷിംഗ് ഒരല്പം കുറഞ്ഞാലും സാരമില്ല.

"ക്ഷമിക്കണം സുന്ദരീ... ഇനിയും ജോലി ബാക്കി കിടക്കുന്നു. പിന്നെ മുഖം മാത്രമേ ബന്ധുക്കൾ കാണുള്ളു. ശരീര ഭാഗങ്ങൾ മുഴുവനും ഡോക്ടന്മാരും സഹായികളും ഒടുക്കം ഞാനും തൊട്ടതറിയുമ്പോൾ നിങ്ങളുടെ ഭർത്താവിനുണ്ടാവുന്ന വികാരത്തെക്കുറിച്ച് ആലോചിച്ച് ചിരിച്ചോളൂ..."

അറിയാതെ പുഞ്ചിരിച്ചു പോയി. അവരും ചിരിച്ചു പോയിരിക്കാം...

"ഭക്ഷണം നോക്കിയിരിക്കുകയാണോ... ആശുപത്രിയിലേക്ക് പോണ്ടേ..?"

കെട്ട്യോളുടെ ഓർമ്മപ്പെടുത്തലിൽ സുന്ദരിയുടെ ഓർമ്മകൾ കൈവിട്ട് കൂന്തലെടുത്ത് കടിച്ചു നോക്കി... എരിവ് കനത്തപ്പോൾ കണ്ണു നിറഞ്ഞു.. സ്വാദുള്ള മീനിന്റെ മാംസളതയിൽ സുന്ദരിയെ കാണാൻ തുടങ്ങിയപ്പോൾ ഭക്ഷണം നിർത്തി എണീറ്റു.. ഇത് പതിവുള്ളതാണ്. ഓരോ ദിവസവും പോസ്റ്റ്മോർട്ടം ബോഡി തുന്നിക്കെട്ടി വീട്ടിലെത്തുമ്പോൾ ഓരോ ശരീരവും മനസ്സിൽ നിറഞ്ഞു നില്ക്കും... മറ്റൊന്നിനും സ്ഥാനമില്ലാതത്രയും അന്യതാബോധം തന്നിൽ നിറയും... മത്സ്യവും മാംസവും കാണുമ്പോൾ ചിതറിയ ശരീരങ്ങൾ ഓർമ്മവരും... ഓർമ്മകളുടെ ചുഴിക്കുത്തിൽ വീണാൽ ഓക്കാനവും വരും... ഇതൊരു തുന്നൽക്കാരന്റെ ധർമ്മ സങ്കടമാണ്.. തന്നെപ്പോലുള്ളവരുടെ ദയനീയത.

"ഇത്ര വൈകിയതെന്താ പവിത്രാ... ഇന്ന് മൂന്ന് ബോഡികളുണ്ട്.. നാലു മണിക്ക് മുമ്പ് വിട്ടുകൊടുക്കണ്ടേ..."

മോർച്ചറിക്കു പുറത്ത് ആശുപത്രി അധികൃതരുടെ അസ്വസ്ത മുഖങ്ങൾ... ഇത്തിരി വൈകിപ്പോയി എന്ന് പറഞ്ഞൊഴിഞ്ഞില്ല... ക്ഷമിക്കണമെന്നും പറഞ്ഞില്ല.കാരണം ഇത്രയും തുച്ഛമായ പണത്തിന് വലിയൊരു ജോലി ചെയ്യുന്നവനാണ് താൻ... അധികം ആളെക്കിട്ടാത്ത ജോലി. തുന്നൽക്കാരൻ എന്ന മാനകപദത്തിൽ തന്റെ ജോലിയുടെ പേര്

അടയാളപ്പെടുത്തപ്പെട്ടില്ല. ശരീരം തുന്നുന്നവനെ എന്തു പേരിലാണാവോ വിളിക്കുക.. ഒരു കുപ്പായം തുന്നുന്നതിന്റെ പ്രതിഫലമെങ്കിലും കിട്ടിയിരുന്നെങ്കിലെന്ന് എപ്പോഴും മനസ്സ് മുറുമുറുക്കാറുണ്ട്. അതുകൊണ്ടവർ കാത്തിരിക്കട്ടെ... മനസ്സിലങ്ങനെ ഓർത്തു കൊണ്ടാണ് മുറിയിലേക്ക് കടന്നത്... വല്ലാത്തൊരു സങ്കടം മുറിയിൽ നിറഞ്ഞു കിടക്കുന്നതായി തോന്നി. അല്ലെങ്കിലും ഏകാന്തതയുടെ തണുപ്പ് ചുറഞ്ഞു പിടിക്കുന്ന ഒരിടമാണിത്...തുന്നാനുള്ള നൂലും സൂചിയും കൈയിലെടുക്കുമ്പോൾ മനസ്സിലൊരു  ശീതക്കാറ്റ് ശക്തമായി വീശിയതു പോലെ. എങ്ങനെ പൊട്ടിച്ചിതറിയാലും പവിത്രന്റെ കൈയിലെത്തുന്ന ശവം വീട്ടുകാരുടെ അവസാന നോട്ടത്തിനു മുന്നിലെത്തുമ്പോൾ യാതൊരു കേടുമില്ലാത്ത സാധാരണ മുഖമായിട്ടുണ്ടാകും.. അതുകൊണ്ടു തന്നെ ബന്ധുക്കളുടെ മനസ്സിൽ ശാന്തമായ ആ  മുഖം മായാതെ കിടക്കും. അതോർത്തു കൊണ്ടാണ് പോസ്റ്റുമോർട്ടം കഴിഞ്ഞ ആദ്യ ടേബിളിനരികിൽ ചെന്നത്...

"അടുത്തേക്ക് വരല്ലേ... ഇങ്ങനെ എന്നെ ഇനിയും ആരും കാണല്ലേ..."

ഒരു പൊട്ടിക്കരച്ചിൽ വന്ന് ഹൃദയ ഭിത്തിയിൽ ചെന്നിടിച്ചു. സൂചി മുറുകെപിടിച്ച് സ്തബ്ധനായി നില്ക്കുമ്പോൾ കണ്ടു ഇതൊരു ചെറിയ പെൺകുട്ടിയാണെന്ന്...ഓ... മറന്നതാണ്. ഇന്നലെ രാത്രിയിൽ നടന്ന കൂട്ട ആക്രമണത്തിന്റെ ഇര.. ഒറ്റ നോട്ടത്തിന് തന്റെ മകളെ ഓർമ്മ വന്നു.. മനസ്സ് പിടഞ്ഞു പോയി.. ഇതെങ്ങനെ താൻ തുന്നിയെടുക്കുമെന്റെ ദൈവമേ... എന്തൊക്കെ പരാക്രമങ്ങളാണീ കൊച്ചു ദേഹത്ത് ചെയ്തു വച്ചത്.. അതിന്റെ കൂടെ ഡോക്ടർമാരുടെ കീറലും.. ഒന്നും മിണ്ടാതെ തൊട്ടടുത്ത കസേരയിൽ പതുക്കെ ഇരുന്നു. കീശയിൽ നിന്നും ഫോണെടുത്തു ഭാര്യയെ വിളിച്ചു.

"എടിയേ.. നമ്മുടെ മോളെന്തിയേ..."

" ഇവിടുണ്ട്. എന്താ കാര്യം..."

"ഒന്നുംല്ല... നീയവളെ കൺവെട്ടത്തു തന്നെ നിർത്തണേ..."

"എന്താണപ്പാ നിങ്ങളിങ്ങനെയൊക്കെ പറയുന്നേ..."

"ഒന്നുംല്ലെടീ.. എനിക്കെന്തോ വല്ലാത്ത പേടിയായിട്ടാ...'

" പേടിയോ...എന്തിനാ...ഞാനിവിടെത്തന്നെയുണ്ട് ...അവള് ടി.വി. കാണുന്നുണ്ട്..."

അത്രയും കേട്ടപാടെ ഫോൺ കട്ടു ചെയ്തു. അപ്പോഴാണ് ചങ്കിടിപ്പ് അല്പം കുറഞ്ഞത്... ചാലിട്ടൊഴുകിയ വിയർപ്പ് തണുപ്പിക്കാൻ മുറിയി

ലെ തണുപ്പിനായില്ല...പക്ഷേ തനിക്കീ ജോലി ചെയ്യാനാവുമോ.. ശരീരമാകെ പരവേശപ്പെട്ടു... വിയർപ്പു ചാലുകൾ പൊട്ടിയൊഴുകി...

"മോളേ..."

കീറിപ്പറിഞ്ഞ ശരീരത്തെ ദയനീയമായി നോക്കിക്കൊണ്ട് വിളിച്ചു... ശബ്ദമില്ലാത്ത വിളികളും മറുവിളികളുമായി സമയം കടന്നു പോകുകയാണ്.. തേങ്ങലുകളടങ്ങാത്ത കടലായി മുറി മാറിയിരിക്കുന്നു. സങ്കടം കൊണ്ട് ഹൃദയമിടിപ്പ് കൂടുന്നതു പോലെ...

"ഞാനൊരച്ഛനും കൂടിയാണ്...എന്റെ മോളുടെ അതേപ്രായം. കുട്ടിയായിരുന്നപ്പോൾ ഞാനവളെ എണ്ണതേച്ച് കുളിപ്പിക്കാറുണ്ട്. മുടി പിന്നിയിടാറുണ്ട്. നെറ്റിയിൽ ഉമ്മ വയ്ക്കാറുണ്ട്. അവള് വളർന്നപ്പോൾ അതൊന്നും വേണ്ടെന്ന് അവളുടെ അമ്മയാ പറഞ്ഞത്... സാരല്യാന്ന് ഞാനെന്റെ മനസ്സോട് പറഞ്ഞു... എന്നാലും എന്റെ മോൾക്ക് അച്ഛനോട് ഇഷ്ടമാണ്..."

നീണ്ട തേങ്ങലുകൾ മുറിയിലേക്ക് ഒഴുകിപ്പരന്നു. താൻ ആ കടലിൽ പൊങ്ങിപ്പിടയുന്നതായി  തോന്നി. എന്താണ് പറ്റിയതെന്ന് ചോദിക്കണമെന്നുണ്ട്. എങ്ങനെ ഒരച്ഛന്റെ ചോദ്യത്തെ അവൾ നേരിടും. മനസ്സറിഞ്ഞതു പോലെ അവൾ പറഞ്ഞു.

"വീട്ടിലെന്നും വരാറുള്ള ഒരങ്കിളാണ്. അപ്പന്റെ സുഹൃത്താണ്. എന്നെ ചേർത്തുപിടിച്ച് ഉമ്മകൾ തരാറുണ്ട്... അപ്പനതിഷ്ടാണ്. മമ്മയ്ക്കും അങ്കിളിനെ ഇഷ്ടായിരുന്നു... പക്ഷേ ആരുമില്ലാത്ത നേരത്ത് അങ്കിളും കൂട്ടുകാരും വീട്ടിൽ വന്നതാണ്. പക്ഷേ ഞാൻ അലറി വിളിക്കുമ്പോളെല്ലാം എന്റപ്പൻ കോലായിലുണ്ടായിരുന്നു പോലും... ദേ നോക്കിയെ എന്റെ ശരീരം  അവര് മാന്തിക്കീറിയില്ലേ."

"മതി..." താൻ ഉറക്കെ ഒച്ച വച്ചു... ഇതളറ്റ ഒരു പനിനീർപ്പൂവു പോലെ ടേബിളിൽ കിടക്കുന്ന കൊച്ചു പെൺകുട്ടിയുടെ അരികിലേക്ക് നീങ്ങി.

"ഓരോ ഇതളും ഞാൻ പഴയതു പോലെ ചേർത്തുവച്ച് തുന്നിയെടുക്കും... എന്റെ സൂചിയുടെ വേദന അറിയിക്കാതെ. മനുഷ്യരില്ലാത്ത ലോകത്തേക്ക്, പൂമ്പാറ്റകളുടെയോ കിളികളുടെയോ ലോകത്തേക്ക് നീ പറന്നു പോയ്ക്കോളൂ..."

അവൾ ശാന്തയായിക്കാണും... പിന്നീടൊന്നും മിണ്ടിയില്ല... താൻ  പതറിയ മനസ്സിനെയും വിരൽ തുമ്പിനേയും നിയന്ത്രണത്തിലാക്കി.. വളരെ പതുക്കെ ശരീരത്തെ തുന്നിക്കൊണ്ടിരിക്കെ ആ മുറിവടയാളങ്ങളിലേക്ക് അയാളുടെ കണ്ണീരടർന്നു വീണുകൊണ്ടിരുന്നു. തികട്ടി വന്ന തേങ്ങലുകളെ അടക്കിയടക്കി താൻ  മരവിപ്പിന്റെ അറ്റത്തോളം എത്തിനി

ന്നു. ഓരോ നിമിഷവും തന്റെ മകളുടെ രൂപം ഹൃദയത്തിൽ തെളിഞ്ഞു വരുന്നതറിഞ്ഞു.. തന്റെ വിരൽ തുമ്പിൽ പിടിച്ച് പിച്ചവച്ചതും തന്റെ മടിയിലിരുന്നു കഥ കേട്ടതും...അവളങ്ങനെ തന്റെ മനസ്സിലും മുറിയിലും നിറഞ്ഞ് അച്ഛാ എന്ന് ഉറക്കെ കൊഞ്ചുന്നതുംഅറിയുന്നുണ്ട്.. നേരത്തെ കേട്ട തേങ്ങൽ അലിഞ്ഞലിഞ്ഞ് ഇല്ലാതാവുന്നത് കേട്ടുകൊണ്ടിരുന്നു. അതൊരു മൗനമുറയുന്ന തുരുത്തായി ശാന്തമായി പരിവർത്തനപ്പെടുകയാണ്. മാംസത്തിൽ സൂചിയും നൂലും കടന്നു പോകുന്ന നേരിയ ശബ്ദം പോലും കേൾപ്പിക്കാതെ തനിക്കും പെൺകുട്ടിക്കുമിടയിൽ കാലം കാത്തുനില്ക്കുകയാണ്

വെളുത്ത തുണിയിലവളുടെ ശരീരം പൊതിഞ്ഞെടുത്തപ്പോൾ എന്തെന്നില്ലാത്ത ശാന്തത തോന്നി... ആ മുഖത്തേക്ക് ദയവോടെ നോക്കി നിന്നു.. കരുവാളിച്ച മുഖത്തേക്ക് ജനലിലൂടെ അരിച്ചിറങ്ങിയ പ്രകാശം വന്നു വീഴുകയാണ്... പുഞ്ചിരിയുടെ അലകൾ  അവിടെ പരക്കുന്നതായി തോന്നി.

"നിനക്കൊന്നും പറ്റിയിട്ടില്ല... നിന്റെ ശരീരം പഴയതുപോലെ...നിന്റെ മുഖം ചെമ്പകപ്പൂവിനെപ്പോലെ ... നീയെന്റെ മകളെപ്പോലുണ്ട്..."

ചെറിയൊരു ചിരിക്കിലുക്കം അവിടേക്ക് അടർന്നു വീണു. മുത്തുമണികൾ പോലെ അത് മുറികളിലൂടെ തെറ്റിത്തെന്നി പുറത്തേക്ക് ഉരുണ്ടു പോയി.. ഏറെ നേരം ആ ചിരിയുടെ കിലുക്കം കാതോർത്തുകൊണ്ട് കസേരയിലിരുന്നു. ഇന്നലെ ഒരുവൾ വന്ന് പറഞ്ഞ കഥകളോർത്തപ്പോൾ തനിക്ക് ചിരിക്കണമെന്ന് തോന്നി. കൊന്നതിന്റെ ന്യായീകരണം അല്ലെങ്കിൽ കുമ്പസാരം.. അവസാന നിമിഷത്തിലും ശരീരം പഴയ രൂപത്തിലാക്കാൻ മനുഷ്യൻ അദമ്യമായി ആഗ്രഹിക്കുന്നു. ശരീരത്തിന്മേലുള്ള അഭിമാനം മണ്ണായിത്തീരുന്നതു വരെ കാത്തു സൂക്ഷിക്കാൻ ഓരോ മനുഷ്യനും ആഗ്രഹിക്കുന്നുണ്ട്. ഇന്നലത്തെ സ്ത്രീയും ഇന്നത്തെ പെൺകുട്ടിയും കീറിപ്പോയ തങ്ങളുടെ ശരീരം മറ്റൊരാൾ കാണാൻ ആഗ്രഹിക്കുന്നില്ല. എല്ലാം പഴയപടിയിലായപ്പോൾ പെൺകുട്ടിയും ശാന്തയായി. അവളുടെ കഴുത്തിലെ മറുകു പോലും തന്നോട് നന്ദി പ്രകാശിപ്പിച്ചതു പോലെ...

തന്നെപ്പോലൊരാൾ തുന്നൽക്കാരനായി എത്തിയില്ലെങ്കിൽ ഒരു ചാക്കിൽ വാരിനിറച്ച അവയവങ്ങളായി ശരീരം മാറുമെന്നും മാറി നിന്ന് വിലപിക്കുന്ന ആത്മാവുകളുടെ എണ്ണം എത്ര വർദ്ധിക്കുമെന്നും തോന്നിപ്പോകുന്നു. ജീവനുള്ള ശരീരത്തേക്കാൾ ശവമാണ് തന്റെ കലയുടെ തട്ടകം.. ആ കലയിൽ പൊളിച്ചിട്ടതിനെ പുനരാവിഷ്കരിക്കുന്ന ജാലവിദ്യ

കാണിക്കണം. പുറത്തേക്കിട്ടതെല്ലാം യഥാസ്ഥാനത്തെടുത്തു വയ്ക്കണം.. രണ്ട പാർശ്വങ്ങളിൽ നിന്നും തൊലി ചേർന്നുവരണം... താനെന്നും ഒരു കുപ്പായം തുന്നുന്ന ശ്രദ്ധയോടെ അത് ചെയ്യാറുണ്ട്. ഇനി മണ്ണിലേക്കാണെന്നറിയാം. എന്നാലും, നൂറോ ആയിരമോ ആളുകൾ ആ ശരീരം അവസാനമായൊന്നു കാണാൻ വരുമ്പോൾ കഴുത്തിന് കീഴെ വികൃതമാണെന്ന് സങ്കല്പിക്കാനേ പാടില്ല. ഒരു പൂർണ മനുഷ്യനായി കിടന്നുകൊണ്ട് ആളുകൾ പ്രകടിപ്പിക്കുന്ന സഹതാപവും സങ്കടവും നിരാശയും ഒക്കെ വേർതിരിച്ച് ഏറ്റുവാങ്ങണം.. ഇഹം വിട്ട് പരത്തിലെത്തുമ്പോൾ ശരീരത്തിന് പ്രസക്തിയുണ്ടോ എന്നുമറിയില്ല. ഇതൊരു ആത്മാവിന്റെ ആവിഷ്കാരമാണ്. അതിനു വേണ്ടിയാണീ പവിത്രൻ ഇത്ര ശ്രദ്ധ പുലർത്തുന്നത്.

പുറത്ത് കാത്തു നില്ക്കുന്നവരുടെ മുന്നിലേക്ക് പെൺകുട്ടിയുടെ ശരീരത്തെ വിട്ടു കൊടുത്തപ്പോൾ വെറുതെ ഒരാഗ്രഹം മനസ്സിൽ തോന്നി..എന്തായിരിക്കും ഇവളുടെ പേര്.. പേരിലൊന്നും ഇനിയൊരർത്ഥമില്ലെന്നും ഭൂമിയിൽ പേരിലൂടെ അടയാളപ്പെട്ടു കിടന്നിടത്തു നിന്നും അവളെന്നേക്കുമായി മാഞ്ഞുപോവുകയാണെന്നോർത്തപ്പോൾ വല്ലാത്ത ശ്വാസംമുട്ടൽ തോന്നിത്തുടങ്ങി..തന്റെ മകളെ കാണണമെന്ന ആഗ്രഹം കനത്തു വന്നു.. ഇനിയും തുന്നാൻ കാത്തു കിടക്കുന്ന ശരീരങ്ങളെ ഓർക്കാനായില്ല.. പോസ്റ്റ് മോർട്ടം മുറിയിൽ നിന്നും ബാക്കി വന്ന ശരീരങ്ങൾ അലറി വിളിക്കുന്നുണ്ടായിരുന്നു.

"പവിത്രാ... ഞങ്ങളെ കൈവിട്ട് പോകല്ലേ... ഇതെല്ലാമൊന്ന് വാരിയൊതുക്കി പഴയതുപോലാക്കൂ... നിന്റെ വിരൽത്തുമ്പു കൊണ്ട് ഞങ്ങളെയുമൊന്ന് പുനരാവിഷ്കരിക്കൂ..ഞാനൊരു ചിത്രകാരനായിരുന്നു. എത്രയെത്ര ചിത്രങ്ങൾക്ക് ജന്മം നല്കി... ചിത്രങ്ങളുടെ പൂർണതയിൽ വാനോളം ഉയർന്നവൻ. പൂർണതയില്ലാതെ പോയ ജീവിതത്തിന് തിരശ്ശീലയിട്ടതാണ്'. മറ്റൊന്നും ചെയ്യാനില്ലായിരുന്നു... പക്ഷേ ഈ ദേഹാവസ്ഥയെ കണ്ട് എത്ര നേരം ഇവിടെയിരിക്കണം... ഇങ്ങനെയൊന്ന് ഉണ്ടാവുമെന്നറിഞ്ഞെങ്കിൽ ജീവിതത്തെ നീട്ടിക്കൊണ്ടുപോയേനെ..."

ഒരു ചിത്രകാരന്റെ നിലവിളികളെ കേൾക്കാൻ തനിക്കാവുന്നില്ല.. ജീവിതത്തെയല്ല, മരണത്തേയുമല്ല താൻ തുന്നിയെടുക്കുന്നത് എന്ന് ബോധ്യം വന്നിരിക്കുന്നു. ക്ലേശമരണങ്ങളുടെ വിധിയറിഞ്ഞ് അവരുടെ കുമ്പസാരം കേട്ട് തനിക്ക് മടുത്തിരിക്കുന്നു... മൃതശരീരം തുന്നുന്നവന്റെ മനസ്സറിയാൻ ആരുമിതേവരെ ശ്രമിച്ചിട്ടില്ല... അറപ്പും വെറുപ്പും മാറ്റിവച്ച് താനൊരു ഉപജീവനത്തിറങ്ങിയതായിരുന്നു... പക്ഷേ പെരുകിവരു

ന്ന ദുരന്ത ജീവിതങ്ങളെ കൊണ്ടെത്തിക്കുന്നത് തന്റെ മുന്നിലാണ്... വയ്യ... മടുത്തിരിക്കുന്നു. "ചിത്രകാരാ... ഒരു ചിത്രം ചായം തേച്ച് മിനുക്കി കൈയടി നേടുന്നു പോലുള്ള ജോലിയല്ല"തന്റേതെന്ന് ഉറക്കെപ്പറഞ്ഞ് ഇറങ്ങി നടന്നു... അധികാരികളുടെ ശാസനകളോ തന്റെ ഭാവി ജീവിതമോ ഒന്നും മനസ്സിലേക്ക് തെളിഞ്ഞില്ല... തെളിഞ്ഞു കിടക്കുന്നത് താൻ അവസാനമായി തുന്നിയെടുത്ത പൂവു പോലൊരു പെൺകുട്ടിയായിരുന്നു.

•

# ഒറ്റയൊറ്റകൾ

ഫ്ളാറ്റിന്റെ ബാൽക്കണിയിൽ നിന്ന് മറിയം താഴോട്ട് നോക്കി. തെരുവുകൾ വളരെ ദൂരത്തോളം വിജനമാണ്. കടകമ്പോളങ്ങൾ അടഞ്ഞു കിടക്കുന്നു. ഫുട്പാത്തിന്റെ ഓരം പറ്റി രണ്ട് തെരുവുപട്ടികൾ അലസമായി നടക്കുന്നുണ്ട്. പട്ടണക്കുരുവികളും കാക്കകളും കൊത്തിപ്പെറുക്കി നടക്കുകയാണ്.. അവരുടെ സ്വച്ഛതയെ നശിപ്പിക്കാൻ ആരും എത്താനില്ല. വിജനതയെ അവർക്കും തള്ളിനീക്കാൻ പ്രയാസമുണ്ടോ ആവോ.. സാധാരണ ജനങ്ങൾ നിറഞ്ഞൊഴുകുന്ന ഈ തെരുവുകളിൽ അവർക്കിടയിലൂടെ എങ്ങോട്ടെന്നില്ലാതെ പരക്കം പായുന്ന തെരുവുനായ്ക്കളെ മറിയം കാണാറുണ്ട്.

തൊട്ടടുത്ത മുറിയിലെ ജനൽക്കമ്പിയിൽ തൂങ്ങി ഒരു കൊച്ചു പെൺകുട്ടി "റെയിൻ റെയിൻ ഗോ എവേ..." എന്നുറക്കെ പാടുന്നുണ്ട്. അതു തന്നെ തുടർച്ചയായി പാടുമ്പോൾ പരുക്കൻ ശബ്ദത്തിൽ അവളുടെ മുത്തച്ഛൻ വില്യം പറയുന്നുണ്ട്;

"അങ്ങനെയല്ല കൊച്ചേ... കോവിഡ് ... കോവിഡ് ഗോ എവേ...' എന്നു പാടൂ... അപ്പോൾ ഞാനും നീയും ജീവിക്കും..."

അവളത് കരച്ചിലോടെ ഏറ്റെടുത്തു. പാടിക്കഴിയുമ്പോഴേയ്ക്കും വലിയ വായയിൽ നിലവിളിച്ചു. അപ്പോഴും അയാൾ പറയുന്നത് അതു തന്നെയാണ്. പക്ഷേ ആ പറച്ചിലിൽ ഈ ലോകത്തിന്റെ മുഴുവൻ വേദനയും ചേർത്തുപിടിച്ചിട്ടുണ്ട്. നിസ്സഹായനായ ഒരു മനുഷ്യന്റെ നിലവിളി പതുങ്ങി നില്പുണ്ട്. പുരുഷനായതു കൊണ്ടാവണം അയാൾ ഉറക്കെ കരയാത്തത്.

"ജീവനീ... അപ്പാപ്പനെ വിശ്വസിക്കൂ... അതിനെ ആട്ടിയകറ്റിയില്ലെങ്കിൽ ഈ അപ്പാപ്പനേയും കൊണ്ട് അത് പോയാലോ... എന്റെ കൊച്ചു മോള് ഈ ലോകത്തിൽ ഒറ്റയ്ക്കാവില്ലേ. നമുക്ക് കോവിഡിനെ ആട്ടിയോടിക്കാം... അതല്ലേ ഈ വയസ്സന് പറയാനാവുള്ളൂ... നമുക്കത് പാടി പ്രാർത്ഥിക്കാം. അത് കണ്ടും കേട്ടും കർത്താവിന്റെ സ്വന്തം മാലാഖമാർ വന്ന് നമ്മെ രക്ഷിക്കും. അദൃശ്യമായ പലതും നമ്മെ നിയന്ത്രിക്കുകയാണ് കുഞ്ഞേ..."

പിന്നെ കേട്ടത് അയാളുടെ തേങ്ങിക്കരച്ചിലാണ്. അത് നേർത്തു വ

രുന്നതുവരെ മറിയം ബാൽക്കണിയിൽ കാത്തിരുന്നു. അയാളുടെ തേങ്ങിക്കരച്ചിൽ ആ കുട്ടിയിൽ ഉണ്ടാക്കുന്ന ആഘാതങ്ങളെക്കുറിച്ചാണ് മറിയം ചിന്തിച്ചത്. പതുക്കെ പെൺകുട്ടിയുടെ കരച്ചിൽ നിർത്തിയെന്നു തോന്നുന്നു. ഇതെല്ലാ ദിവസവും ആവർത്തിക്കുന്നുണ്ട്. പ്രതീക്ഷയില്ലാത്ത ജീവിതത്തിന്റെ നൂൽപ്പാലത്തിലൂടെയാണ് അയാളെപ്പോലെ താനും കടന്നുപോകുന്നത്.

അയാളുടെ മകന് അസുഖമാണെന്നു മാത്രമേ കേട്ടിരുന്നുള്ളു. പക്ഷേ അത് കോവിഡാണെന്നറിഞ്ഞപ്പോൾ വാവിട്ടു നിലവിളിച്ച അവന്റെ ഭാര്യയെ മറിയം ഓർത്തു. അസുഖം ഭേദമാകുമെന്ന് കരുതി ഒരു മാസമാണ് ആ കുടുംബം കാത്തത്. പക്ഷേ അവളേയും ഐസൊലേഷനിലേക്ക് മാറ്റിയെന്നറിഞ്ഞപ്പോൾ നടുങ്ങിപ്പോയി. അദൃശ്യനായ കോമാളി കളി തുടങ്ങിയിരിക്കുന്നു. പിന്നെന്താണ് നടന്നത്! ശരിയാണ് ഓർമ്മ വരുന്നുണ്ട്.. ചിലപ്പോൾ ഇങ്ങനെയാണ്. ഓർമ്മകൾ ആരോ കൊള്ളയടിച്ചതുപോലെ. ശൂന്യമായ മിഴികളുമായി വെറുതെ തുറിച്ചു നോക്കും. അല്ലെങ്കിൽ തുറന്നു വച്ച ടി.വിയിലെ മാറി മറിയുന്ന ചിത്രങ്ങളെ തിരിച്ചറിയാതെ അമ്പരക്കും. പുറത്തെവിടുന്നോ കേൾക്കുന്ന സംസാരങ്ങളും ധൃതിയിൽ ബൂട്സുകൾ ഒച്ച വയ്ക്കുന്നതും ശ്രദ്ധിക്കും. ബാൽക്കണിയിൽ വന്നു എത്തി നോക്കുമ്പോഴായിരിക്കും ആരോഗ്യ വകുപ്പിൽ നിന്നും വന്ന ശരീരമാസകലം മൂടിയ രൂപങ്ങൾ ഈ ഫ്ളാറ്റിൽ നിന്നും ആരെയൊക്കെയോ സ്ട്രച്ചറിൽ താങ്ങിയെടുത്തു കൊണ്ടുപോകുന്നത് കാണുക.

അങ്ങനെയൊരു സന്ധ്യയ്ക്കാണ് അടുത്ത മുറിയിലേക്ക് ആരോഗ്യ പ്രവർത്തകർ വന്ന് കതക് മുട്ടിത്തുറന്നത്. ഉദ്വേഗം അടക്കാനാവാതെ താനും വാതിൽ തുറന്നു പോയി. ആരെയാണ് അവർ തേടി വന്നത് എന്നറിയാനുള്ള ഭയം കലർന്ന ഒരു ഭാവമാണപ്പോഴുണ്ടായത്. തന്റെ വാതിലിലാണോ മുട്ടിയതെന്ന സംശയവും ഉണ്ടായിരുന്നു.

“മിസ്റ്റർ വില്യം... മകന്റെ ജീവൻ രക്ഷിക്കാനായില്ല...സോറി... ബോഡി ഞങ്ങൾ വേണ്ട വിധം സംസ്കരിച്ചു.”

അത്രയും പറഞ്ഞ് തിരിഞ്ഞു നടക്കുന്നവരെ നോക്കി താൻ വാതിൽപ്പടിയിൽ കുത്തിയിരുന്നു പോയി. വില്യം രണ്ടു കൈകളും കട്ടിളപ്പടിയിൽ ഊന്നിപ്പിടിച്ച് തുറിച്ചു നോക്കുകയാണ്. കണ്ടതും കേട്ടതുമൊന്നും തലയ്ക്കകത്തേക്ക് കടന്നിട്ടില്ലെന്നു വ്യക്തം. അകത്ത് കട്ടിലിൽ ഉറങ്ങിക്കിടന്ന ജീവനി അപ്പോൾ ചാടിയെണീറ്റ് “അപ്പാ, അമ്മാ.. എന്നു ചിണുങ്ങുന്നുണ്ട്. ഒന്നും പറയാനാകാതെ അയാളെത്തന്നെ നോക്കി നില്ക്കു

മ്പോൾ അയാൾ അകത്തു കയറി വാതിലടച്ചു. തൊട്ടടുത്ത എല്ലാ മുറികളും ഇരുട്ടിലാണ്ടുകിടക്കുകയാണ്. ഒരു മരണവാർത്ത പോലും അതിനകത്തേക്ക് കടന്നുപോകുന്നില്ല. നിശബ്ദതയുടെ പടുകൂറ്റൻ ശില്പം പോലെ ആ ഫ്ളാറ്റ്  ഇരുട്ടിലേക്ക് വളർന്നു പെരുകി നില്ക്കുന്നു.

മറിയം എണീറ്റ് അകത്തെ സോഫയിൽ ചെന്നു വീഴുമ്പോഴും തൊട്ടടുത്ത മുറിയിൽ നിന്നും ജീവനിയുടെ തേങ്ങൽ കേൾക്കാം. അണമുറിയാത്ത ദുഃഖത്തെ ഏത് അത്ഭുത പാത്രത്തിലാണ് വില്യംഅടച്ചു വച്ചിരിക്കുക. ഒന്നു കരയാൻ പോലും അയാൾക്ക് സാധിച്ചില്ല എന്നതാണ് സത്യം. മാത്രമല്ല ജീവനിയുടെ അമ്മയെക്കുറിച്ചു പോലും അയാൾ ഒരുവാക്ക് ചോദിച്ചില്ല. മകന്റെ ഭാര്യയെ അയാളെന്തേ ഓർക്കാതെ പോയി..? ശരിക്കും അടുത്തമുറി ഒരു മരണവീടാണ്. പക്ഷേ മരണത്തിന്റെ ആരവങ്ങളില്ല, നിലവിളികളില്ല. നിഗൂഢമായ ഒരു നിശബ്ദതയാണവിടെ നിറഞ്ഞിരിക്കുന്നത്. ആ അഞ്ചു വയസ്സുകാരിയുടെ തേങ്ങൽ മാത്രമാണ് അതൊരു മരണവീടാണെന്ന് ഓർപ്പിപ്പിക്കുന്നത്.

അയൽക്കാരി എന്ന വിശേഷണം തനിക്കുണ്ടെന്നു തന്നെയാണ് മറിയം വിശ്വസിക്കുന്നത്. തനിക്കുപോലും ഓടിച്ചെന്ന് അവരുടെ ദുഃഖത്തിൽ പങ്കുചേരാൻ കഴിയുന്നില്ലല്ലോ. അച്ഛന്റെ വേർപാട് തിരിച്ചറിയാത്ത മകളോട് കരയല്ലേ എന്ന് പറയാനും സാധിക്കുന്നില്ലല്ലോ.. തന്റെ പ്രായമേ വില്യമിനുള്ളൂ. അയാളുടെ ദുഃഖത്തോടൊപ്പം നില്ക്കാൻ കഴിയാത്തതിൽ മറിയം തേങ്ങിക്കരഞ്ഞു പോയി. ഒറ്റയ്ക്ക് പാർക്കുന്ന തനിക്ക് ഈ പട്ടണത്തിൽ മിണ്ടാൻ ജീവനിയുടെ അമ്മ സോഫിയ മാത്രമേയുള്ളു. ആഴ്ചയുടെ അവസാനം മാത്രം വരാറുള്ള അവളുടെ ഭർത്താവ് തന്നെ മുറിക്ക് പുറത്തു വച്ച് കാണുമ്പോൾ മറക്കാതെ തരാറുള്ള സ്നേഹപൂർവ്വമുള്ള ഒരു പുഞ്ചിരി ഈ മറിയത്തിന് കിട്ടുന്ന ലോട്ടറിയാണ്. ഇതുപോലുള്ള രണ്ടാണ്മക്കളാണ് തനിക്കുള്ളത്. പക്ഷേ ചിറക് മുളച്ച് പറന്നു പോയ അവർ തനിക്ക് ചേക്കേറാൻ തന്ന ഈ തടവറ, അമ്മയോടുള്ള ഉത്തരവാദിത്വമായി കാണുകയാണവർ. അക്കൗണ്ടിൽ വരാറുള്ള ഒരു വയറിന്റെ ചെലവും അവരുടെ ഔദാര്യമാണ്.

ജീവനിയുടെ ആഹ്ളാദം തിരതല്ലുന്ന ചിരിയുടെ കിലുക്കം കേൾക്കാറുള്ളത് അപ്പൻ വരുന്ന ദിവസങ്ങളിലാണ്. അവൾക്കായി കൊണ്ടുവന്ന ചോക്ലേറ്റുകളിൽ ഒന്നു തനിക്കു കൂടിയുള്ളതാണ്.

“മറിയാന്റിക്ക് തരാൻ അപ്പൻ കൊണ്ടുവന്നതാ...”

ആ വാക്കിൽ മയങ്ങി താൻ നില്ക്കും. തന്റെ മകൻ തരുന്നതായി താനപ്പോൾ സങ്കല്പിക്കും.  ആനന്ദത്തിന്റെ ചെറിയ ചിറ പൊട്ടിയൊഴു

കി തന്റെ ഹൃദയത്തിലൂടെ ഒഴുകിപ്പരക്കും. ജീവനിയുടെ അപ്പൻ തനിക്ക് ഏറ്റവും അടുത്തുള്ള മകനാണെന്ന് ഒരിക്കൽ സോഫിയയോട് അറിയാതെ പറഞ്ഞു പോയി. അതു കേട്ട് ആ പെണ്ണിന്റെ കണ്ണ് തിളങ്ങിനിന്നു. എന്തൊരു ആത്മാഭിമാനമായിരുന്നു ആ മുഖത്ത്.

അവനാണിപ്പോൾ ആരോടും യാത്ര ചോദിക്കാതെ, അന്ത്യചുംബനമേൽക്കാൻ ഭാഗ്യമില്ലാതെ ലോകത്തു നിന്നും മറഞ്ഞു പോയത്. വില്യം എന്ന അവന്റെ അപ്പനെ ആശ്വസിപ്പിക്കാൻ ഉചിതമായ വാക്കുകളില്ലല്ലോ എന്ന് ഓർത്ത് മറിയം വീണ്ടും കരഞ്ഞു. പിന്നീടുള്ള എല്ലാ ദിവസങ്ങളിലും പല പല മുറികളിൽ നിന്നും ആരോഗ്യവകുപ്പ് പൊതിഞ്ഞു കൊണ്ടുപോയ ജീവനുള്ള ശരീരങ്ങളിൽ പലതും തിരിച്ചു വന്നില്ല. ഗേറ്റ് കടന്നുപോയവരൊക്കെ എന്നന്നേക്കുമായി ഇല്ലാതായി.

ടെലിവിഷന്റെ മുന്നിലിരുന്ന് ചൈനയിലും ഇറ്റലിയിലും മറ്റ് യൂറോപ്യൻ രാജ്യങ്ങളിലും നടക്കുന്ന ഭയാനകമായ മരണവാർത്തകൾ കണ്ടും കേട്ടും മടുത്ത മറിയം മനംപിരട്ടലോടെ ദിനരാത്രങ്ങൾ തള്ളുമ്പോൾ ഓർത്തത് തന്റെ ജീവനെക്കുറിച്ച് ചോദിച്ചു കൊണ്ട് ഒരു ഫോൺ കോളു പോലും വന്നില്ലല്ലോ എന്നാണ്. അമ്മയ്ക്കെന്തെങ്കിലും ? അമ്മ പുറത്തിറങ്ങരുതേ... ഭക്ഷണസാധനങ്ങൾ തീർന്നോ..? ഇങ്ങനെ എന്തെങ്കിലും ചോദിച്ചു കൊണ്ട് ഒരു വിളി.

മക്കൾ രണ്ടും സകുടുംബം ഇറ്റലിയിലെ ഫ്ളാറ്റിൽ സുരക്ഷിതരാണ് എന്നാണ് ആദ്യം കിട്ടിയ അറിവ് . രണ്ടാഴ്ച മുമ്പായിരുന്നു അത്. പക്ഷേ പിന്നീട് അങ്ങോട്ടോ ഇങ്ങോട്ടോ ഒന്നുമറിയില്ല. ഇതുപോലെ ഒറ്റയൊറ്റയായ മരണങ്ങളല്ല, കൂട്ടമരണങ്ങളാണവിടെ നടക്കുന്നതെന്ന് ടെലിവിഷൻ വാർത്തകൾ വിളിച്ചു പറയുന്നുണ്ട്. അതോടെ മറിയത്തിന് വിഭ്രാന്തി തോന്നിത്തുടങ്ങിയിരുന്നു. അവർക്കവിടെ എന്തെങ്കിലും സംഭവിച്ചുവോ... അപ്പോൾ കുട്ടികൾ..! കർത്താവേ... അവരവിടെ ജീവനോടെ ഉണ്ടോ... ഫോണിലൂടെ ബന്ധപ്പെടാനാവുന്നുമില്ല.

മറിയത്തിന്റെ നിലകിട്ടാത്ത ചോദ്യങ്ങൾ തെരുവിലെ അന്തരീക്ഷത്തിലേക്ക് ഒഴുകിപ്പരന്നുപോയി. കാലിയായ സഞ്ചിയുമായി ഒരു കടയുടെ മുന്നിൽ വന്നു നില്ക്കുന്ന ഒരു സ്ത്രീയെ അപ്പോഴാണ് മറിയം കണ്ടത്. വീട്ടിൽ പട്ടിണിയിലായ കുഞ്ഞുങ്ങളെ ഓർത്ത് വിങ്ങുന്ന മുഖവുമായാണ് അവൾ നില്ക്കുന്നതെന്നും പരിഹരിക്കപ്പെടാത്ത ഒരു സമസ്യ അവളുടെ മുന്നിൽ തെളിഞ്ഞു വരുന്നുണ്ടെന്നും മറിയത്തിനു കാണാം. ഇന്നലെയും ഇതുപോലെ കുറേ സ്ത്രീകളും വൃദ്ധന്മാരും വഴി തെറ്റി തെരുവിലൂടെ നടന്നിട്ടുണ്ട്. അടഞ്ഞുകിടക്കുന്ന ഹോട്ടലിനുമുന്നിൽ ത

ഉർന്നു നില്ക്കുന്ന അവർക്ക് എന്താണ് സംഭവിച്ചിട്ടുണ്ടാവുക...?

കെട്ടിടങ്ങളുടെ കാട തന്നെയാണീ പട്ടണം. ഈ കൊടുങ്കാട്ടിലൂടെ ജീവിവർഗ്ഗങ്ങളൊന്നും പരക്കം പായുന്നേയില്ല. മൂളിപ്പറക്കുന്ന പോലീസ് വണ്ടികളും ഹൃദയമിടിപ്പ് തെറ്റിക്കുന്ന ആംബുലൻസുകളുടെ ശബ്ദവും മാത്രമാണ് ഈ കാട്ടിലെ ഒച്ചയനക്കങ്ങൾ. പടി കടന്നുവരുന്ന ആംബുലൻസിന്റെ ശബ്ദം പെട്ടെന്ന് മറിയത്തെ നടുക്കി. വളരെ വേഗതയോടെ അവർ കുറേ ശരീരങ്ങളെ അതിനകത്തേക്ക് തള്ളിക്കയറ്റി ചീറിപ്പായുന്നത് സ്വപ്നത്തിലെന്നോണം കണ്ടു നിന്നു. നെഞ്ചു തടവി നില്ക്കുമ്പോഴാണ് പെട്ടെന്ന് തെരുവിൽ നിന്നും ഒരലർച്ച കേട്ടത്...

“എന്റെ പപ്പാ... എന്റെ മമ്മീ...”

ചെറിയ ആൺകുട്ടിയാണത്. ഏതോ വീടിന്റെ ഉള്ളിൽ നിന്നും ഇറങ്ങി ഓടിയതാവണം. രോഗത്തിനു മുന്നിൽ കീഴടങ്ങിയ അച്ഛനമ്മമാരുടെ ഏക മകനാകാം. പക്ഷേ മരണത്തെക്കുറിച്ച് ആരാണവനെ പറഞ്ഞു മനസ്സിലാക്കുക... “ഇങ്ങോട്ടു വരൂ...” എന്ന് വിളിച്ചു പറയന്നമെന്ന് മറിയത്തിന് തോന്നി. ഇനിയാരിക്കലും തിരിച്ചു വരാത്ത യാത്ര പോയവരെക്കുറിച്ച് അവനോട് സംസാരിക്കണം. പക്ഷേ അവൻ കെട്ടിടങ്ങൾക്കിടയിലേക്ക് പോയ് മറഞ്ഞു. എത്ര ശ്രദ്ധിച്ചിട്ടും അവൻ കാഴ്ചപ്പുറത്തേക്ക് വന്നില്ല. രണ്ട് ദിവസം മുമ്പ് കണ്ണിനു മുന്നിൽ വന്നത് ഒരു കൗമാരക്കാരിയായിരുന്നു. മനോനില തെറ്റി ആരുടെയൊക്കെയോ പേരുകൾ വിളിച്ചു പറഞ്ഞ് മുഷിഞ്ഞ വസ്ത്രവുമായി അവൾ ആടിയുലഞ്ഞ് നടക്കുന്നുണ്ടായിരുന്നു. ഈ രോഗകാലത്ത് ആരും അവളുടെ മാനം കവരില്ല എന്ന ഒരു വിശ്വാസം തോന്നിയെങ്കിലും അവളെങ്ങോട്ടാണ് പോകുന്നതെന്നറിയാതെ ഉത്കണ്ഠപ്പെട്ടു. ഒറ്റപ്പെട്ടു പോയ പെൺകുട്ടിയുടെ മനോനില തെറ്റിയിരിക്കാം. വീടിനുള്ളിൽ ഭയന്നുവിറച്ചിരിക്കാം.. അവൾക്ക് വിശക്കുന്നുണ്ടാവില്ലേ...

“എന്റെ ദൈവമേ... നീ തരുന്ന ഈ മാരകമായ കാഴ്ചകളെ എന്റെ ഹൃദയത്തിന് താങ്ങാനാവുന്നില്ല. മനുഷ്യരാശിയെ നീ നക്കിയെടുത്ത് തീർക്കുകയാണോ?”

ആ ഭ്രാന്തിപ്പെണ്ണ് ഇടയ്ക്കിടെ തെരുവിന്റെ ഓരോ ഭാഗത്തും കാണപ്പെട്ടു. “അയ്യോ..!!” മറിയം ബാൽക്കണിയുടെ ഭിത്തിയിലേക്ക് ചാരി നിന്നു. അച്ഛനമ്മമാരെ വിളിച്ചു കരഞ്ഞ ആൺകുട്ടി തെരുവിലെ കനത്ത ചൂടിൽ റോഡിന്റെ മധ്യഭാഗത്തായി തളർന്നു വീണല്ലോ...

“മോനേ..!”

മറിയം ഉറക്കെ വിളിച്ചു. പക്ഷേ ഏകാന്തവും അനാഥവുമായ ജീവി

തത്തേയും പേറി ഓടിത്തളർന്ന ആ കുട്ടി വിളി കേട്ടതേയില്ല. അവനെപ്പോലെ എത്രയെത കുഞ്ഞുങ്ങളാണ് അനാഥരായിട്ടുണ്ടാവുക... തീർത്തും ഒറ്റകളായ അവർക്ക് മരണത്തിന്റെ അർത്ഥങ്ങളെ ഉൾക്കൊള്ളാനായിട്ടുണ്ടാകുമോ... കുറച്ചു ദിവസങ്ങൾ വരെ കൂടെയുണ്ടായിരുന്ന മാതാപിതാക്കളെ... സഹോദരങ്ങളെ ... ഓർക്കാപ്പുറത്ത് തട്ടിയെടുത്ത കോമാളിയെക്കുറിച്ച് ആരാണ് പറഞ്ഞു കൊടുത്തിട്ടുണ്ടാവുക. പെട്ടെന്ന് വന്ന പോലീസ് വാഹനം അവനെ കോരിയെടുത്ത് കൊണ്ടുപോകുന്നത് കണ്ടപ്പോൾ നേരിയ ആശ്വാസം തോന്നി.

തന്റെ വാതിലിൽ ആരോ മുട്ടുന്നതു കേട്ട് തിരിഞ്ഞ് നടന്നു മറിയം വാതിൽ തുറന്നു. വില്യം തീർത്തും നിർവ്വികാരനായി നില്ക്കുന്നു. അയാൾ തന്റെ മുഖത്താണോ നോക്കുന്നത് എന്ന് വ്യക്തമല്ല. അയാളെന്തിനാണ് വാതിലിൽ തട്ടിയത്?

"സോഫിയയും പോയെന്ന് അറിയിപ്പു കിട്ടി..."

നടുക്കത്തോടെ അയാളെ തുറിച്ചു നോക്കുമ്പോൾ കണ്ണീരില്ലാത്ത മിഴികളിൽ നിന്നും ചുണ്ടിൽ നിന്നും ഒരു ചോദ്യം തെറിച്ചു വീണു.

"ജീവനിയെ ഇനി എന്താണ് ചെയ്യേണ്ടത്. ഞാനല്ലാതെ അവൾക്ക് വേറെ ബന്ധുക്കളില്ല..."

തുറന്ന വാതിൽപ്പടിയിൽ പിടിച്ച് സ്തബ്ധയായ തന്നോട് അയാൾക്ക് ഏറെ പറയാനുണ്ടെന്ന് തോന്നി.. മരവിക്കുന്ന വാക്കുകളെ പെറുക്കിയെടുക്കാൻ അയാൾ ഏറെ പാടുപെടുന്നുണ്ട്..എന്തെങ്കിലും മറുപടി പറയുന്നതിനു മുമ്പ് ആരോഗ്യ പ്രവർത്തകർ പിന്നിലെത്തിക്കഴിഞ്ഞിരുന്നു. അവർ അയാളെ നീക്കി നിർത്തിയിട്ടു പറഞ്ഞു:

"മി. വില്യം, നിങ്ങളും നിരീക്ഷണത്തിലാണ് വരൂ..."

അയാൾ പറയാൻ ഓങ്ങിയ വാക്കുകളെ വിഴുങ്ങിക്കൊണ്ട് അവരെ ദയനീയമായി നോക്കി. തന്റെ കൊച്ചു മകളെക്കുറിച്ച് ഓർമ്മയില്ലാത്തതു പോലെ അവരോടൊപ്പം നടന്നു പോയി. അയാളെന്തു കൊണ്ടാണ് കുഞ്ഞിനെക്കുറിച്ച് അവരോട് ഒന്നും പറയാതിരുന്നത്.!

"ഞാൻ ജീവിക്കുന്നതുവരെ നോക്കാം .പിന്നീട് എന്താണെന്ന് എനിക്കുമറിയില്ല..."

മറിയം അങ്ങനെ പറഞ്ഞു തുടങ്ങുമ്പോഴേയ്ക്കും അയാളെ ആംബുലൻസ് വിഴുങ്ങിക്കഴിഞ്ഞിരുന്നു.

•

# പ്രണയപരവശേ ശുഭം നിനക്ക്

അയാളുടെ ദിവസങ്ങളൊക്കെ വിഷാദഭരിതമായ ഒരു ഗാനം പോലെയാണ്. സായാഹ്നമെല്ലാം നരച്ച കാഴ്ചകളാണ് നല്കുന്നത്. ചുറ്റുപാടും പ്രകൃതി അണിയിച്ചൊരുക്കുന്ന മനോഹാരിതകളെ ഇത്ര അരസികമായി കണ്ടു നില്ക്കാനേ അയാൾക്ക് പറ്റുന്നുള്ളു. നിരന്തരം ഒരേ കാഴ്ചകൾ നല്കുന്ന മടുപ്പ് അയാളെയും പിടികൂടിയിരിക്കുകയാണ്. ഒരു പടക്കുതിരയെപ്പോലെ സഞ്ചരിക്കണമെന്നും വ്യക്തവും ശക്തവുമായ ശബ്ദത്തിൽ ആൾക്കൂട്ടങ്ങളോട് സംസാരിക്കണമെന്നും അദമ്യമായി ആഗ്രഹിക്കാറുണ്ട്. പക്ഷേ താൻ യൗവ്വനത്തിന്റേയും വാർദ്ധക്യത്തിന്റേയും ഇടയിലുള്ള മധ്യവയസ്സ് എന്ന പാലത്തിലൂടെ സഞ്ചരിക്കുമ്പോൾ അതെങ്ങനെ സാധിക്കാനാണ്. രണ്ട് നൂറ്റാണ്ടുകൾ തമ്മിൽ ബന്ധിപ്പിക്കുന്ന പാലം എന്നു വേണമെങ്കിൽ ഈ പ്രായാവസ്ഥയെപ്പറ്റി പറയാം.

തന്റെ വീടിന്റെ മുകൾ നിലയിലെ വരാന്തയിലിരുന്ന് ഇടുങ്ങിയ തെരുവിലേക്കുള്ള കാഴ്ചകളാണ് പതിവായി കാണുന്നത്. മുഷിഞ്ഞ വസ്ത്രം ധരിച്ച് നടക്കുന്ന പരമ ദരിദ്രരായ ആളുകൾ അങ്ങോട്ടുമിങ്ങോട്ടും സഞ്ചരിക്കുന്നത് അയാളിപ്പോൾ ശ്രദ്ധിക്കാറുണ്ട്. അവരെപ്പോലുള്ളവർ താമസിക്കുന്ന ചെറുവീടുകൾ അയാളുടെ കാഴ്ചയിലേക്ക് വന്നു നിറയാറുണ്ട്. തന്റെ ജീവിതം പോലെ ഒരു അരക്ഷിതമായ അവസ്ഥകളാണ് ആ ചെറുപട്ടണവും നേരിടുന്നതെന്ന് ഇപ്പോഴാണ് അയാൾക്ക് മനസ്സിലായത്.

കുറച്ചു കാലം മുമ്പുവരെ ഇതൊന്നും ശ്രദ്ധയിൽ വന്നതേയില്ല. നേരമുണ്ടായിരുന്നില്ല എന്നു തന്നെ പറയാം. ചെയ്തു തീർക്കാൻ ധാരാളം കർത്തവ്യങ്ങളുണ്ടായിരുന്നു. വിശ്രമജീവിതം പതിച്ചു കിട്ടിയപ്പോഴാണ് സ്വന്തം ഭാര്യയെപ്പോലും അയാൾക്ക് വിലയിരുത്താൻ കഴിഞ്ഞത്. വെറുമൊരു കുടുംബവ്യവസ്ഥയെ സാമൂഹിക ക്രമത്തിന് അനുസരിച്ച് കൊണ്ടു പോവുകയായിരുന്നു. അവളുടെ സൗന്ദര്യമോ പ്രണയിക്കാനുള്ള മനോഭാവമോ കണ്ടെത്തിയിരുന്നില്ല. കാണാൻ അത്ര മോശമല്ലാത്ത ശരീരം അവൾക്കുണ്ട്. ജോലികളിൽ മാത്രം മനസ്സർപ്പിച്ചിരിക്കുകയാണെന്നും. പ്രത്യേകിച്ച് ഒരു പ്രണയഭാവത്തെ പ്രകടിപ്പിക്കാറില്ല. പ്രണയത്തെക്കുറിച്ച് ചിന്തിച്ചിരിക്കുക സുഖമുള്ള മനോവ്യായാമമായി അയാൾ

ചെയ്യാറുണ്ട്. അതു മറ്റൊരാളോട് പങ്കുവയ്ക്കണമെന്ന് തോന്നിയതുമില്ല. ഭാര്യ ഈ പ്രായത്തിൽ അതു മനസ്സിലാക്കുമോ ആവോ?

അല്ലെങ്കിലും നമ്മളെല്ലാം സ്വന്തം പ്രേമത്തിന്റെ അടിമകളാണ്. അതിൽ മങ്ങി നരച്ച ഒരു ഭയവും പൊതിഞ്ഞു വച്ചിട്ടുണ്ടാകും. ഏകാന്തതയെ ചൂഴ്ന്നു നില്ക്കുന്ന കുറേ വിഹ്വലതകൾ പ്രണയ ചിന്തകൾക്കു മേൽ അടയിരിക്കുന്നുണ്ടാവും. എന്തു തന്നെയായാലും തന്നിലുള്ള പ്രണയത്തെ കണ്ടെടുക്കേണ്ടത് അയാളുടെ പ്രധാന ആവശ്യമായിരിക്കുന്നു. ഭാര്യയോട് ഇനിയൊരു പ്രണയസാധ്യത അയാൾക്ക് കാണാൻ കഴിഞ്ഞില്ല. അത് തേഞ്ഞു മങ്ങിയ പാത്രങ്ങളുടെ മേൽ വീണ്ടും മിനുക്കിക്കൊണ്ടിരിക്കുന്നതു പോലെയാവും.

വൈകുന്നേരങ്ങളിൽ നടക്കാനിറങ്ങുമ്പോൾ പാർക്കുകളിലും കടൽ തീരത്തും ചെന്നു ചേരാനാണ് അയാൾക്കിഷ്ടം. പഴയ പരിചയക്കാരായി സ്ത്രീ പുരുഷന്മാരുണ്ടാകും. കഴിഞ്ഞ കാലത്തെക്കുറിച്ച് ആവേശപൂർവ്വം സംസാരിക്കാം. വർത്തമാന കാലത്തെ മടുപ്പുകളെ അവിടെ കുടഞ്ഞിടാം. സ്ത്രീകളോടൊപ്പം ഇരിക്കുമ്പോൾ അയാൾക്ക് എന്തെന്നില്ലാത്ത ആത്മവിശ്വാസവും ഊർജ്ജവും കൈവരാറുണ്ട്. തികച്ചും താനൊരു യുവാവായി മാറുന്ന മാസ്മരികത. പക്ഷേ സ്വയം മറന്നു പോകാതെ നോക്കണമെന്ന് മനസ്സിനെ ശാസിക്കും. പുതുതായി വന്നു ചേരുന്ന സ്ത്രീകളെ നോക്കിയിരിക്കാൻ വെറുതെ ഒരിഷ്ടം തോന്നാറുണ്ട്. ഇത്തരം ഇഷ്ടം എല്ലാ പുരുഷന്മാർക്കും ഉണ്ടാകുമെന്ന് അയാൾക്ക് ഉറപ്പിച്ച് പറയാനാകും. അത്തരമൊരു സായാഹ്നത്തിലാണ് ഒരു ചാരുബഞ്ചിലിരുന്നു പുസ്തകത്തിലേക്ക് നോക്കിയിരിക്കുന്ന സ്ത്രീയെ കണ്ടതും. ചെറുപ്പം വിട്ടു പോകാത്ത അവൾക്ക് മുപ്പത്തിയഞ്ചു വയസ്സെങ്കിലും കാണുമെന്ന് അയാൾ കണക്കുകൂട്ടി. അങ്ങനെ സങ്കല്പിക്കാനാണയാൾക്കിഷ്ടം. എന്നും ഒറ്റയ്ക്കുവരുന്ന അവൾ തന്നെപ്പോലെ ഏകാകിയും വിരസജീവിതം നയിക്കുന്നവളുമായിരിക്കാം. ആരുമായും അടുക്കാൻ ശ്രമിക്കുന്നുമില്ല. തന്റെ വിരസമായ തെരുവിൽ നിന്നും വരുന്ന അയാൾക്ക് ആസ്ത്രീയെ നിരീക്ഷിക്കുന്നതിൽ കൗതുകം തോന്നി.

വൈകുന്നേരങ്ങൾക്ക് പതുക്കെ പുതുനിറങ്ങൾ വരുന്നത് അയാളറിയുകയാണ്. പശ്ചിമാകാശത്തിന് വിവിധ വർണത്തുടുപ്പ് കണ്ട് ആകാംഷയുണ്ടായി. ചിറകുവിരുത്തിപ്പറക്കുന്ന പക്ഷികളെയും പൂമ്പാറ്റകളേയും നോക്കിയിരിക്കെ മനസ്സിൽ ആഹ്ളാദം നുരന്നിട്ടു. കുറേ ദിവസമായി കാണാറുള്ള മെലിഞ്ഞു നീണ്ട ആ സ്ത്രീയെ കുറേക്കൂടി അടുത്തു കാണാൻ അയാൾ പാർക്കിലൂടെ കുറേയധികം നേരം നടന്നു കൊണ്ടി

രുന്നു. മൂക്കിൻ തുമ്പിൽ ഒരു ചെറിയ മറുകുള്ളതു കൊണ്ടു തന്നെ ഇന്ന് എവിടെ വച്ച് കണ്ടാലും അവരെ തനിക്ക് മനസ്സിലാവുമെന്നോർത്തു. വായിക്കുന്ന പുസ്തകത്തിൽ നിന്നും മിഴി തെറ്റി ആ സ്ത്രീ വിദൂരതയിലേക്ക് നോക്കിക്കൊണ്ടിരിക്കും.

എന്തായിരിക്കും ആ സ്ത്രീ ആലോചിക്കുന്നത്! അതിനെക്കുറിച്ച് അയാൾ വെറുതെ ചിന്തിച്ചു. ഒരു പക്ഷേ തന്നെപ്പോലെ കഴിഞ്ഞു പോയ കാര്യങ്ങളാവാം. അവർക്കരികിലൂടെ വീണ്ടും നടന്നപ്പോൾ ആ സ്ത്രീ അയാളുടെ മുഖത്തേക്ക് നോക്കുക തന്നെ ചെയ്തു. രണ്ടു പേരുടെയും കണ്ണുകൾ കൂട്ടിമുട്ടി എന്ന് പറയുന്നതാവും ശരി. താൻ പെട്ടെന്ന് പതിനെട്ടു വയസ്സുകാരനായി മാറിയോ എന്ന സംശയം പെട്ടെന്നുണ്ടായി. ഇതുവരെ സ്ത്രീകളെ കാണുകയാ പരിചയപ്പെടുകയോ ചെയ്യാത്തയാളല്ല. കൗമാരത്തിലും യൗവനത്തിലും പ്രണയത്തിനു അടിമപ്പെട്ടവനാണ്. പക്ഷേ പ്രണയം മറന്ന ജീവിതയാത്രയിൽ ഒരു കാറ്റത്തകപ്പെട്ട വഞ്ചി പോലെ ആടിയുലയുകയായിരുന്നു ഇതുവരെ..

ഒരു വൈകുന്നേരം കടൽക്കരയിലാണ് ആ സ്ത്രീയെ കണ്ടുമുട്ടിയത്. അന്നവരുടെ കൈയിൽ പുസ്തകങ്ങളുണ്ടായിരുന്നില്ല. കടലിലേക്കും ചക്രവാളത്തിലേക്കും കടൽത്തീരത്തിലെത്തിയ ആളുകളിലേക്കും നോക്കി അലസയായി നില്ക്കുകയാണ്. അയാളുടെ ഹൃദയം വല്ലാതെ തുടിച്ചു. അവരുടെ കൈകൾ കോർത്തുപിടിച്ച് കടൽക്കരയിലൂടെ പതുക്കെ സഞ്ചരിക്കണമെന്ന് തോന്നി. അവരുടെ ശബ്ദം എങ്ങനെയായിരിക്കും. തന്റെ ഹൃദയത്തിൽ ഒരു സംഗീതം പോലെ അത് പെയ്തിറങ്ങുമായിരിക്കും. ഇങ്ങനെ ഒരാളെ പിന്തുടരുന്നതിൽ അതിയായ ഒരാനന്ദം അയാൾക്കുണ്ടായി.. മറ്റുള്ളവർക്ക് അയാളെക്കുറിച്ച് എന്തു തോന്നുന്നു എന്നത് ഒരു പ്രശ്നമേ ആയിരുന്നില്ല.കാരണം അയാൾ വൈകിയ വേളയിൽ ഒരു പ്രണയത്തിന് അടിമപ്പെടുകയാണ്.

പിറ്റേന്ന് ദരിദ്രമായ തെരുവിലൂടെ പതുക്കെ സഞ്ചരിക്കുന്ന ആ സ്ത്രീയെ കണ്ടപ്പോൾ അയാൾക്ക് ആകാംഷ കനത്തു. ആരായിരിക്കുമവർ .. കടൽ കാണാനെത്തുന്ന, തെരുവു കാണാനെത്തുന്ന ഒറ്റപ്പെണ്ണ്. സാധാരണക്കാരിയല്ലെന്ന് അയാളുടെ മനസ്സ് മന്ത്രിക്കുന്നുമുണ്ട്. തന്റെ ഹൃദയത്തിലെ പ്രണയം കണ്ണിലേക്ക് ഒഴുകിപ്പരക്കുന്നത് അയാൾ അറിയുന്നുണ്ട്. കടലിന്റെ അപാരതയും തിരയിളക്കവും അവളിഷ്ടപ്പെടുന്നതും തിരമാലകളോട് ആത്മഭാഷണം നടത്തുന്നതും അയാൾക്കും കേൾക്കാമെന്നായി. അവളിതാ വൃത്തിഹീനമായ തെരുവിലൂടെ സഞ്ചരിക്കുന്നു. ഇതേവരെ ഇവിടെ കാണാത്ത ഒരുവളായതു കൊണ്ടാണ് അയാൾ

ക്കിത്രയും ആകാംഷയുണ്ടായത്.

തന്റെ വീടിന്റെ ബാൽക്കണയിൽ നിന്നും ധൃതിയിൽ പുറത്തെ ചെറു റോഡിലെത്തിയ അയാൾ അവരെ പിന്തുടരാൻ തീരുമാനിച്ചു. ഒരു ചെറു വീടിന്റെ മുറ്റത്ത് വിരിഞ്ഞു നില്ക്കുന്ന പനിനീർ പൂവിലേക്ക് നോക്കി അവൾ കുറച്ചു സമയം നിന്നു. മറ്റൊരു വീടിന്റെ മുമ്പിൽ ഗോലി കളിച്ചു കൊണ്ടിരിക്കുന്ന കുട്ടികളെ നോക്കി അവർ പുഞ്ചരിച്ചിരിക്കാം. കാരണം കുട്ടികൾ അവൾക്ക് നേർത്ത ചിരി സമ്മാനിക്കുന്നത് അയാൾ കണ്ടു. തെരുവിന്റെ ഒരരുകിൽ വച്ചാണ് അവർ മുഖാമുഖം കണ്ടത്. അവൾ പുഞ്ചിരിച്ചു. അയാളും ഏറെ ആഹ്ളാദത്തോടെ ചിരിയെ ഏറ്റെടുത്തു.

"ഇവിടെ കുറച്ചു ദിവസമായി കാണുന്നു. എവിടെയാ താമസം?"

അയാളിലെ യുവാവ് മാന്യമായി തിരക്കി. അവൾ തീർച്ചയായും ഒരു യുവതിയെപ്പോലെ തന്നെയാണ് ഉത്തരം പറഞ്ഞത്.

"കുറച്ച് ദൂരെയാണ് വീട് .. ഇവിടെ ഹോസ്റ്റലിൽ താമസിക്കുന്നു."

"ഒറ്റയ്ക്കോ?"

"അതെ.. ഒരു നോവൽ രചനയിലാണ്. തെരുവും കടലും നഗരവും എല്ലാം ഇവിടെയുള്ളത്. അതുകൊണ്ട് ഇവിടെയെത്തി."

അയാൾ അമ്പരപ്പുള്ള ചെറിയ ആൺകുട്ടിയായി. നോവലെഴുത്തുകാരിയോ ! താനിതു വരെ കണ്ടുമുട്ടിയ പെണ്ണുങ്ങളിൽ നിന്നും തീർത്തും വ്യത്യസ്ഥയാണെന്ന് അയാൾക്ക് ആദ്യമേ തോന്നിയത് വാസ്തവമായി.പിറ്റേന്നു കടൽത്തീരത്തു നിൽക്കുമ്പോൾ അയാൾ അവളെത്തന്നെ നോക്കി നിന്നു , അവൾ കടലിനേയും. സംസാരിക്കാൻ വാക്കുകൾ നന്നേ കുറഞ്ഞതുപോലെ അയാൾ കുഴങ്ങി. അവളുടെ മൂക്കിൻ തുമ്പിലെ മറുകിലേക്ക് നോക്കിയപ്പോൾ അതൊരു പ്രണയത്തിന്റെ അടയാളമായി അയാൾക്ക് തോന്നി.

"പ്രണയത്തെക്കുറിച്ചാണ് എന്റെ പുസ്തകം. സംതൃപ്തമായ പ്രണയം. പക്ഷേ അസംതൃപ്തയായ എനിക്കത് കണ്ടെത്താൻ കഴിയുന്നില്ല."

സംസാരം കേട്ടപ്പോൾ അവളത് അന്വേഷിച്ച് നടക്കുകയാണെന്ന് തോന്നി. ആകാശവും കടലും മരങ്ങളും സംതൃപ്തരാണോ? ജീവിച്ചിരുന്നവരും ജീവിച്ചു കൊണ്ടിരിക്കുന്നവരും സംതൃപ്തരാണോ? എവിടെയാണത് കണ്ടെത്തുക. ഇവരുടെ അതൃപ്തിയെക്കുറിച്ച് അന്യനായ തന്നോട് പറയുന്നത് എന്തുകൊണ്ടായിരിക്കും. കാറ്റാടി മരത്തണലിലിരുന്ന് അയാളുടെ കണ്ണുകളിലേക്ക് നോക്കിക്കൊണ്ട് അവൾ ലോകത്തിന്റെ കാ

പട്യമളന്നെടുത്തു. എങ്കിലും തന്റെ നിഴലായി നടക്കുന്ന അയാളുടെ പ്രണയത്തെ മുങ്ങിയെടുക്കാനെന്നോണം ചുഴിഞ്ഞു നോട്ടമായിരുന്നു അത്. അഞ്ചാറു ദിവസത്തെ പരിചയമേ ഉള്ളുവെങ്കിലും അടുത്തിരുന്നു കണ്ണുകളിലേക്ക് നോക്കി സംസാരിക്കുന്ന ഈ സൗഹൃദത്തെ ഏത് പേരിലാണ് വിളിക്കേണ്ടത്. രണ്ടു പേർക്കും കുടുംബമുണ്ട്. പ്രണയാന്വേഷികളായി മാറുകയാണ് രണ്ടു പേരുമെന്ന് അയാൾക്ക് മനസ്സിലായി. എന്നാൽ അയാളെ നിരാശപ്പെടുത്തിക്കൊണ്ട് പിന്നീട് ആ സ്ത്രീ സംസാരിച്ചത് അഫ്ഘാനിസ്ഥാനിലെ താലിബാൻ ആക്രമണകാലത്തെ സ്ത്രീകളേയും കുട്ടികളേയും കുറിച്ചാണ്. ആ സംസാരം ഗാസയിലേക്കും ഇറാനിലേക്കും സഞ്ചരിച്ചു കൊണ്ടിരുന്നപ്പോൾ അയാൾ അവളുടെ മുഖവും കൈകളുടെ ചലനവും ശ്രദ്ധിക്കുകയായിരുന്നു..

"എല്ലാ ആക്രമണങ്ങൾക്കുമൊടുവിൽ സ്ത്രീകളും കുട്ടികളും ഇരകളായിത്തീരുന്നു. അവരിലെ പ്രണയവും നന്മയും അത് വറ്റിച്ചു കളയുന്നു. പുരുഷന്റെ ഹൃദയത്തിൽ പ്രണയവല്ലിയിലെ പൂക്കൾ വിടരുന്നേയില്ല. പ്രണയവസന്തം സൃഷ്ടിക്കേണ്ട സ്ത്രീകളെ അക്രമങ്ങളിലൂടെ നിശബ്ദയാക്കപ്പെടുന്നു."

വാചാലത അയാൾക്കിഷ്ടമായി. പക്ഷേ തങ്ങൾക്കിടയിലെ അകലം ഇനിയും കുറഞ്ഞു കിട്ടിയില്ലല്ലോ എന്നോർക്കുകയാണയാൾ. സ്നേഹത്താലുള്ള ഒരു നോട്ടം, കരുതൽ നല്കുന്ന ഒരു സ്പർശം അയാൾക്ക് അനിവാര്യമാണെന്ന് തോന്നി. ദീർഘകാലം മനസ്സിനകത്ത് അത് സൂക്ഷിപ്പാവണം. മൃദുവായ വാക്കുകൾ അവൾ തനിക്കായി സംസാരിക്കണം. പണ്ടെങ്ങോ കൈമോശം വന്ന നിമിഷങ്ങളെ പെറുക്കിയെടുക്കാൻ അദമ്യമായ ആഗ്രഹം. പെട്ടെന്നയാൾ അവളുടെ കരം ഗ്രഹിച്ചു കൊണ്ട് ചോദിച്ചു;

"ഈ വിരലുകൊണ്ടാണോ നിങ്ങൾ പ്രണയാക്ഷരങ്ങൾ കുറിക്കുന്നത്?"

നേർത്ത പൊള്ളലേറ്റതുപോലെ അവൾ കൈ പിൻവലിച്ച് പതുക്കെ എഴുന്നേറ്റ് നടന്നു പോയി. കുറച്ചു ദിവസം കഴിഞ്ഞപ്പോൾ ഒരു റസ്റ്റോറന്റിൽ കുറേ ചെറുപ്പക്കാരുടെ ഇടയിലാണ് അവളെ കണ്ടത്. പൊട്ടിച്ചിരിച്ചു കൊണ്ട് ഒരു പതിനെട്ടുകാരിയെപ്പോലെ തമാശകൾ പങ്കുവയ്ക്കുകയാണ്. ഭക്ഷണശാലയിലെ ഒരു മൂലയിലിരുന്നു അയാൾ അവളെ ശ്രദ്ധിക്കുകയായിരുന്നു. അവളുടെ വിഷാദ ഭാവമെല്ലാം എങ്ങോ പോയ് മറഞ്ഞിരിക്കുന്നു. തണുത്ത പാനീയം അല്പാല്പമായി കുടിച്ച് നുണക്കുഴി തെളിഞ്ഞു ചിരിക്കുന്നു. അവളുടെ മൂക്കിൽ തുമ്പത്തെ മറുക്

തൊട്ടു കൊണ്ട് ഒരാൺകുട്ടി എന്തോ പറഞ്ഞതിന് അവൾ അവനെ ശാസിക്കുന്നുണ്ട്. പക്ഷേ അവന്റെ തോളിൽ കൈയിട്ടു കൊണ്ടു തന്നെയാണ് അവൾ പുറത്തേക്ക് പോയത്. ഒരു തരം മൗഢ്യം അയാളെ കീഴടക്കിത്തുടങ്ങി. ഈ സ്ത്രീ ആരാണ്. മേൽ വിലാസം നഷ്ടപ്പെട്ട് ,പൊട്ടിയ പട്ടം കണക്കെ പറന്നു നടക്കുകയാണെന്നു തോന്നുന്നു. അങ്ങനെയല്ലാതെ താനെങ്ങനെ അവരെ വിലയിരുത്തും. ഓരോ ദിവസവും ഓരോ ഇടങ്ങളിലും ഒരോ സന്ദർഭങ്ങളിലാണ് കണ്ടുമുട്ടുന്നത്.

ഒരു കാമുകനെപ്പോലെ അവരെ പിന്തുടരുകയാണ് താനെന്നോർത്തപ്പോൾ അയാൾക്ക് അല്പം ലജ്ജ തോന്നാതിരുന്നില്ല. തനിക്ക് അനുയോജ്യയായ ഒരു സ്ത്രീയാണെന്ന് തെറ്റിദ്ധരിച്ചു പോയിരിക്കുന്നു. അവരുടെ പ്രണയാന്വേഷണം തന്നിൽ അവസാനിക്കുമെന്ന് താൻ കരുതിയത് എത്ര ബാലിശമാണ്. തലകുനിച്ചാണ് അയാൾ വീട്ടിലേക്ക് കയറി വന്നത്. രാത്രി മുഴുവനും ആ സ്ത്രീയെക്കുറിച്ച് ചിന്തിച്ചു കൂട്ടി. ഒരു ദേശാടനക്കിളിയാണ് അവരെന്ന് സ്വയം പറഞ്ഞു. എങ്കിലും മൂക്കിൽ തുമ്പത്തെ മറുക് മായാതെ മനസ്സിൽ കിടന്നു. ഒരാഴ്ചയോളം അയാൾ പുറത്തിറങ്ങിയില്ല. ഒരു തരം അലസത ശ്വാസംമുട്ടിച്ചു. കൈമോശം വന്നതെന്തോ തേടി നടക്കുന്ന  കുട്ടിയെപ്പോലെ അയാൾ നിരാശാഭരിതനായി. പുറത്തേക്ക് നോക്കുമ്പോഴൊക്കെ പഴയ തെരുവ് ശാന്തമായി കിടക്കുകയാണ്. അതിന്റെ വിരസത ഒന്നുകൂടി വർദ്ധിച്ചിരിക്കുന്നു. ഇനിയും ഏറെ നാൾ ഇതേ കാഴ്ച തന്നെ നിരാശപ്പെടുത്തുമെന്ന് അയാളുറപ്പിച്ചു.

ചാരുകസേരയിലിരുന്ന് മയങ്ങുമ്പോൾ ഓർമ്മയുടെ ഓളക്കൈകളിലൂടെ നീന്തിവരുന്ന ഒരു പ്രണയ നൗക കണ്ടു. അതിൽ നിന്നിറങ്ങിവന്ന പെണ്ണ് തന്റെ നേരേ നടന്നു വരുന്നു. ഭൂതകാലവും വർത്തമാനകാലവും വിളക്കിച്ചേർക്കാൻ പാടുപെട്ട് അരികിലെത്തിയവൾ തന്റെ നെറുകയിൽ അമർത്തി ചുംബിച്ചു. അതിന്റെ ചൂടേറ്റതുപോലെ അയാൾ ഞെട്ടിയുണർന്നു. ഒരു തരം ശൂന്യതയോടെ അയാൾ തെരുവിലേക്ക് തുറിച്ചു നോക്കി. പെട്ടെന്ന് തെരുവിന്റെ അറ്റത്തു നിന്നും ആ സ്ത്രീ നടന്നു വരുന്നത് അയാൾ കണ്ടു. അവളെ കാണാതായിട്ട് മാസമൊന്നു കഴിഞ്ഞിട്ടുണ്ടാവും. അയാൾക്ക് എഴുന്നേറ്റ് തെരുവിൽ, അവളുടെ അടുത്തേക്ക് ചെല്ലണമെന്ന് തോന്നിയില്ല. ദേശാടനക്കിളികളെ ആരും സ്വന്തം കൂട്ടിൽ വളർത്താൻ ശ്രമിക്കില്ലല്ലോ. അപ്രതീക്ഷമായി അവൾ അയാളുടെ വീട്ടിലേക്കാണ് കയറി വന്നത്. ചാരുകസേരയിലിരുന്നു അയാൾ നിശ്ചലനായി അവളെ നോക്കി. അയാളുടെ മുന്നിൽ കുനിഞ്ഞു നില്ക്കുന്ന അ

വളോട് ഒന്നിരിക്കാൻ പോലും അയാൾ പറഞ്ഞില്ല.

"എന്റെ നോവൽ പൂർത്തിയായി. ഞാനിവിടം വിടുകയാണ്. പല പ്രായക്കാരിലെ പ്രണയത്തേയും എനിക്ക് മനസ്സിലാക്കിത്തന്ന ചെറുപട്ടണമാണിത്. നിങ്ങളിലെ പ്രണയം എന്റെ എഴുത്തിനെ മുന്നോട്ട് നയിച്ചിട്ടുണ്ട്. ആ നന്ദി രേഖപ്പെടുത്താനാണ് വന്നത്. ഒരിക്കലും ഞാൻ മറക്കില്ല. പ്രണയത്തെ പ്രണയമായി നിലനിർത്തുകയാണ് എന്റെ ആഗ്രഹം."

ഒരു നോവൽ പുസ്തകം അയാളുടെ കയ്യിലേക്ക് വെച്ചു കൊടുത്തു.. പെട്ടെന്ന് അയാളുടെ നെറ്റിയിൽ മൂക്കുകൊണ്ട് ഉമ്മ വച്ച് അവൾ പതുക്കെ ഇറങ്ങിപ്പോയി. ആ കറുത്ത മറുക് തന്റെ നെറ്റിയിൽ സ്പർശിച്ചപ്പോൾ പ്രണയ ഭാഷ അയാൾ പഠിച്ചുതുടങ്ങുകയായിരുന്നു.

•

# ഗോതമ്പുവയലിലെ കാറ്റ്

ജോർപാരാ ഗ്രാമത്തിലെ ഗോതമ്പുവയലിലൂടെ അച്ഛൻ വൈശാഖ് സർക്കാരിന്റെ വിരൽത്തുമ്പിൽ പിടിച്ച് ഓരോ അടിയും സൂക്ഷിച്ചുവയ്ക്കുകയാണ് മാംപിസർക്കാർ. ഒരു കൊച്ചു പെണ്ണിന്റെ വിരലിലൂടെ ഭൂമിയുടെ സ്പർശനങ്ങളും വികാരങ്ങളും അച്ഛനറിയുന്നുണ്ടെന്ന് അവൾക്ക് നന്നായറിയാം. നിർത്താതെ സംസാരിച്ചും അച്ഛന്റെ വിരലുകളോരോന്നായി തലോടിക്കൊണ്ടും നടക്കുന്ന മകളെ അയാൾ ഏറെ ഇഷ്ടപ്പെടുന്നു. മുതിർന്ന പെൺകുട്ടിയുടെ സ്വയംപര്യാപ്തതാബോധം പന്ത്രണ്ടു വയസ്സാകുമ്പോഴേ അവൾ നേടിക്കഴിഞ്ഞുവെന്ന് വൈശാഖ് സർക്കാരിന് തോന്നാറുണ്ട്.

മാംപി സ്കൂളിലേക്ക് പോകുമ്പോഴാണ് അയാൾ തന്റെ ലോട്ടറിക്കടയിലേക്ക് പോകുന്നത്. വിറ്റുവരവിന്റെ ലാഭനഷ്ടങ്ങൾ കണക്കാക്കുന്നത് മാംപി സ്കൂൾവിട്ട് കടയിലേക്ക് വന്നു കഴിഞ്ഞിട്ടാണ്. അവളുടെ കാഴ്ചയിലൂടെയാണ് അച്ഛന്റെ ജീവിതം ലോകത്തെ കാണുന്നത്. പണം തിട്ടപ്പെടുത്തുമ്പോൾ അവൾ അയാളുടെ നീണ്ടമൂക്കിൻ തുമ്പത്ത് വിരലമർത്തിക്കൊണ്ട് പറയും.

“സർദ്ദാരിയോട് കടം വാങ്ങിയ നൂറ് രൂപ കൊടുക്കണം. അതുകഴിഞ്ഞ് മനോജിത്തിന്റെ മരുന്നിന് വേറെയും കരുതണം. അപ്പോൾ പിന്നെ എന്താ ബാക്കിയുള്ളത്...?”

ചോദ്യം ചോദിച്ചുകഴിഞ്ഞാൽ മാംപിയുടെ ശബ്ദം കുറേനേരത്തേക്ക് കേൾക്കില്ല. സമീപത്ത് ഗന്ധമായറിയുന്നുണ്ടെങ്കിലും വൈശാഖ് സർക്കാരും നീണ്ട മൗനത്തിലേക്ക് മുങ്ങിപ്പോകും. പതുക്കെ വിരലുകൾ നീട്ടുമ്പോൾ മാംപി അയാളുടെ കൈകൾ തന്റെ മുഖത്തേക്ക് ചേർത്തു വെക്കും. നനവുപടർന്ന ആ കുഞ്ഞുമുഖം അപ്പോഴയാളെ വല്ലാതെ സങ്കടപ്പെടുത്തും. അവളുടെ മുഖമൊന്നു കാണാൻ കഴിഞ്ഞെങ്കിൽ എന്നയാൾ വല്ലാതെ ആഗ്രഹിച്ചുപോകുന്ന അവസരങ്ങളിലൊന്നാണത്.

മാംപിയുടെ ചുമലിൽ തൊട്ടു നടക്കുമ്പോൾ അധികചിന്താഭാരത്താൽ തലകുനിച്ചുനടക്കുമയാൾ. മാംപി അവളുടെ ഓർമയിൽ മേഞ്ഞുനടക്കുകയായിരിക്കും അപ്പോൾ. ചെന്നുകയറുന്ന തങ്ങളുടെ വീട്ടിൽ മുത്തശ്ശി മഹാശ്വേതയുടെ ശാപവാക്കുകൾ ഏറ്റുവാങ്ങാൻ വിധിക്കപ്പെട്ട ബലിമൃ

ഗങ്ങളാണല്ലോ തങ്ങളെന്ന് വെറുതെ ഓർക്കും. മകളുടെ ഭർത്താവായ വൈശാഖിനോട് ആദരവ് കാണിക്കാൻ അവർക്കറിയില്ല. മാത്രമല്ല ഒരു കണ്ണുപൊട്ടനോടുള്ള അവജ്ഞ അവർ പ്രകടിപ്പിച്ചുകൊണ്ടിരിക്കുകയും ചെയ്യും.

സ്വന്തം മകളുടെ മക്കളായ മാംപിയോടും മനോജിത്തിനോടും ഒര ടുപ്പവും കാണിക്കാറില്ല. മുത്തശ്ശി പെറ്റമ്മക്ക് പകരക്കാരിയാകുന്നില്ലല്ലോ എന്നാണ് മനോജിത്ത് മാംപിയോട് ഇടയ്ക്ക് പറയുന്നത്. തങ്ങളുടെ അമ്മ സുന്ദരിയായിരുന്നെന്നും ഗോതമ്പുവയലിലെ ജോലിക്കാരിയായി രുന്നെന്നും അച്ഛനും അവരോടൊപ്പം അധ്വാനിക്കാറുണ്ടെന്നും മുത്തശ്ശി യുടെ പിറുപിറുപ്പുകളിൽ നിന്നും മനസ്സിലായതാണ്.

മഹാശ്വേതാമുത്തശ്ശി അലറുമ്പോഴൊക്കെ തെറിക്കുന്ന വാക്കുകളി ലൂടെയാണ് മാംപി, അമ്മയ്ക്കുണ്ടായ ദുരന്തത്തെ പെറുക്കിയെടുത്ത് വ്യക്തമായ ചിത്രം തുന്നിയെടുക്കുന്നത്. അമ്മയുടെ സൗന്ദര്യമാണത്രെ അവരുടെ ദുരന്തത്തിന് കാരണം. ആത്മഹത്യ ചെയ്ത ഭാര്യയോട് നീതി പുലർത്താൻ വൈശാഖ്സർക്കാരും വിഷം കഴിച്ചു. അന്ധനായിപ്പോയത് മാത്രം മിച്ചം. യമദേവൻ തന്നെ സഹായിച്ചില്ലെന്ന് ഇടയ്ക്ക് അയാൾ പരാതി പറയും.

മാംപി വയൽവരമ്പിലൂടെ നടക്കുമ്പോൾ കാണുന്ന കാഴ്ചകളൊക്കെ അച്ഛനെ അറിയിച്ചുകൊണ്ടിരുന്നു. ഈ ഗോതമ്പുവയലാണ് ജീവിതത്തെ പ്രലോഭിപ്പിച്ചതും നിരാശപ്പെടുത്തിയതെന്നും അയാൾക്കറിയാം. പക്ഷെ, വയൽ മാംപിയെ വളരെ സന്തോഷവതിയാക്കുന്നുവെന്നറിയുമ്പോൾ പലതും മറക്കാൻ ശ്രമിക്കും.

എലിയെ റാഞ്ചി പരുന്തു പറക്കുന്ന ശബ്ദം കേട്ട് അയാൾ മകളോട് ചോദിച്ചു.

"എന്താണ് സംഭവിക്കുന്നത്...?"

മാംപി തനിക്കറിയാവുന്ന നീതിബോധത്തോടെ പറഞ്ഞു:

"അച്ഛാ... വയലുകളിലെ ഗോതമ്പ് കട്ടെടുക്കാനാണല്ലോ എലിക ളൊക്കെ പമ്മി വരുന്നത്. അതിലൊരുത്തനെ... നല്ല തടിമാടൻ ചട്ടമ്പിയെ പരുന്ത് റാഞ്ചി. അതിനും വേണ്ടേ ഭക്ഷണം..."

അതും പറഞ്ഞ് അവൾ ഏറെ ചിരിച്ചു. ശാസ്ത്രം പഠിപ്പിക്കുമ്പോൾ അധ്യാപകൻ ആഹാരശൃംഖലകളെക്കുറിച്ച് വ്യക്തമായി പറഞ്ഞുതന്നി രുന്നു. ഒന്നു മറ്റൊന്നിനെ ഇരയാക്കുന്നത് പ്രകൃതിയുടെ അനുവാദമു ണ്ടെന്ന്. മാത്രമല്ല, വിശപ്പിനുള്ളതു മാത്രമല്ലാതെ അധികമായി അവർ ആഗ്രഹിക്കാറില്ലെന്നും. കൗതുകത്തോടെ എല്ലാം കേട്ടിരിക്കുമ്പോൾ

മുത്തശ്ശിയുടെ കോഴിക്കുഞ്ഞിനെ റാഞ്ചാൻ വരാറുള്ള പ്രാപ്പിടിയനോട് തോന്നിയിരുന്ന ദേഷ്യം അലിഞ്ഞുപോകും.

വീടിനടുത്തെത്താറായപ്പോഴേ അവിടെ നടക്കുന്ന ബഹളം കേട്ടു കൊണ്ടിരുന്നു. മനോജിത്തിന്റെ തേങ്ങൽ ഒരു ഈണം പോലെ അന്ത രീക്ഷത്തിലേക്ക് കലരുന്നുണ്ട്. തന്നേക്കാൾ മൂത്തവനാണെങ്കിലും സ്ക്കൂളിലേക്കോ ജോലിക്കോ പോകാൻ അസുഖം അവനെ അനുവദി ക്കില്ല. ക്ഷീണവും വിളർച്ചയും കാരണം ആരെങ്കിലും ഒരാൾ എപ്പോഴും അടുത്തുണ്ടാവണം.

"തന്തക്ക് കണ്ണില്ല... മകന് ഏതാണ്ട് വേണ്ടുന്നതൊന്നും ഇല്ലതാ നും. എനിക്കാവതില്ല. ഇവറ്റകളെ നോക്കിയിരിക്കാൻ. യമദേവനൊന്നും കണ്ണില്ലേ... ഭൂമിക്ക് വേണ്ടാത്തതിനെ തിരിച്ചെടുക്കാൻ..."

മഹാശ്വേതയുടെ ഓരിയിടൽ കേട്ട് അയൽപക്കങ്ങളിൽ നിന്നും ആരൊക്കെയോ ഏന്തിവലിഞ്ഞ് നോക്കുന്നുണ്ട്. വൃക്കരോഗം ബാധിച്ച് ശരീരക്ഷീണം നിമിത്തം പതിനാറുകാരനായ മനോജിത്ത് കോലായി ലുള്ള കയറ്റുകട്ടിലിലാണെപ്പോഴും.

ഗോതമ്പുവയലിലേക്ക് നീണ്ടുപോകുന്ന ഇടവഴിയിലേക്ക് നോക്കി അവനങ്ങനെ കിടക്കും. തീർന്നുപോകുന്ന കാഴ്ചകൾ അവനെ അലോ സരപ്പെടുത്തും. നിത്യേന ഒരേ കാഴ്ചകളും ഒരേ ശബ്ദങ്ങളും അവനെ വീർപ്പുമുട്ടിക്കും.

മാംപിയും അച്ഛനും നടന്നുവരുന്നതു കാണുമ്പോൾ അവന്റെ ഹൃദയം സന്തോഷം കൊണ്ട് നിറയും. സ്നേഹത്തിന്റെ നേർത്ത കാറ്റും അതിനോടൊപ്പം സുഗന്ധവും അവനെ വന്നുപൊതിയും. പുറംലോ കത്തെ കാഴ്ചകളും സംഭവങ്ങളും അവന്റെ കൂടിയാക്കാൻ മാംപി ഏറെ അധ്വാനിക്കും. വരുന്ന വഴിയിൽ അവൾ അച്ഛനോട് പറഞ്ഞതും സ്ക്കൂളിലെ അനുഭവങ്ങളും ഇഴചേർത്ത് തുന്നിയെടുക്കുന്ന മനോഹ രവും ചലനാത്മകവുമായ ഒരു ലോകത്തിന്റെ പട്ടുറുമാൽ അവൻ ചേർത്തുമ്മവെക്കും. അതു കാണുമ്പോൾ മാംപി ശബ്ദമില്ലാതെ കര യും.

ജോർപാരാഗ്രാമവും ഈ നാദിയാജില്ല തന്നെയും വിട്ട് വേറെ എവി ടെയെങ്കിലും പോകണമെന്നവൻ ഇടയ്ക്കിടെ പറയും. വയലും കൃഷിയും മാത്രമല്ല ജീവിതമെന്നും കമ്പ്യൂട്ടർ സംസ്കാരത്തിന്റെ പറുദീസ സ്വന്ത മാക്കണമെങ്കിൽ പശ്ചിമബംഗാളിലെ പ്രസിദ്ധ പട്ടണങ്ങളിലെത്തണ മെന്നും മനോജിത്ത് വാദിക്കും.

വീട്ടിലുള്ള ടി.വി. സദാനേരവും ഉപയോഗപ്പെടുത്തുന്ന മനോജിത്തിന്

നാഗരികതയെക്കുറിച്ച് ഒരുപാട് സങ്കല്പങ്ങളുണ്ട്. ലോട്ടറി വിറ്റുകിട്ടുന്ന തുച്ഛമായ വരുമാനം ഒന്നിനുമാവില്ലെന്ന് അവനറിയാം.

പകൽ മുഴുവനും മുത്തശ്ശി മഹാശ്വേതക്ക് ശപിക്കാനുള്ള ഒരു ജന്മമാണ് തന്റേതെന്ന ചിന്ത അവനെ ഇവിടം വിട്ടുപോകാൻ പ്രേരിപ്പിക്കുന്നു. പക്ഷെ, ഒരൊറ്റ ദിവസംപോലും ഒറ്റയ്ക്ക് ജീവിക്കാൻ അവനിപ്പോഴാവില്ലെന്ന് ബോധ്യപ്പെടുമ്പോൾ തലയിണയിലേക്ക് മുഖം പൂഴ്ത്തി തേങ്ങും. ഒരു വൃക്ക തകരാറിലായിട്ട് കുറേകാലമായി. മറ്റേതിനും കുഴപ്പം തുടങ്ങിയെന്ന് ഡോക്ടർ സൂചിപ്പിച്ചിരുന്നു. ആരെങ്കിലും ദാനം നല്കിയിരുന്നെങ്കിൽ ജീവിതം മാറ്റിയെഴുതാമായിരുന്നുവെന്ന് അവന് തോന്നാറുണ്ട്. പക്ഷെ, ഒരു നല്ല മനുഷ്യനെ എവിടെയാണ് കണ്ടുകിട്ടുക. അസാധ്യമായത് മോഹിക്കരുതെന്ന് അവൻ സ്വയം ശാസിക്കും.

മുത്തശ്ശിയോട് ഡോക്ടർ തന്നെ പറഞ്ഞിരുന്നു; നിങ്ങളുടെ വൃക്ക അവന് നന്നായി ചേരും. ഒരു ജീവിതം രക്ഷപ്പെടുന്ന കാര്യമല്ലേയെന്ന്... പക്ഷെ, മുത്തശ്ശി അപ്പോൾതന്നെ ശക്തമായി എതിർത്തു.

പിന്നീടെപ്പോഴും ചീത്തവിളിച്ചുകൊണ്ടിരിക്കുമ്പോൾ പ്രയോഗിക്കാനുള്ള ഒരായുധമാക്കാൻ അവരത് മറന്നില്ല. ചാവാൻ കിടക്കുന്നവൻ തന്നെയും കൊലയ്ക്ക് കൊടുക്കാൻ ശ്രമിക്കുന്നു എന്നു പറഞ്ഞായിരുന്നു പുലമ്പലുകൾ.

കേട്ടുമടുത്തപ്പോൾ അച്ഛൻ ഇടയ്ക്ക് കയറി ആ ചിന്ത ഉപേക്ഷിക്കാൻ ആവശ്യപ്പെട്ടു. മുത്തശ്ശി എന്നും ആരോഗ്യത്തോടെ ഇരിക്കാൻ ആശംസിക്കുകയും ചെയ്തു. മുത്തശ്ശി ചപ്പാത്തി പരത്തുമ്പോഴായിരുന്നു അച്ഛൻ അവരോട് ഇങ്ങനെയൊക്കെ പറഞ്ഞത്. അതോടെ അവർ അച്ഛനെ കുറ്റപ്പെടുത്താൻ തുടങ്ങി.

“നിന്റെ ഭാഗ്യദോഷംകൊണ്ടാണ് എന്റെ മകൾ മരിച്ചത്. അതിലുണ്ടായ മകനോ മരണം കാത്തുകിടക്കുന്നു...” ചപ്പാത്തിയും ഉരുളക്കിഴങ്ങു കറിയും ആറിത്തണുത്തിട്ടും അന്ന് രാത്രി ആരും ഒന്നും കഴിച്ചില്ല. മുത്തശ്ശി ആഹാരം കഴിക്കുന്നത് വളരെ രഹസ്യമായതുകൊണ്ട് അവരുടെ കാര്യം ആരും ശ്രദ്ധിച്ചതുമില്ല.

ബോഗൻവില്ലയുടെ കമ്പുകൾ അതിരുകളിൽ നടുമ്പോഴാണ് ഒരു ചൂളംവിളി കേട്ടത്. ആദ്യം കൗതുകം തോന്നി. ഈ ശബ്ദത്തിന് എന്തൊക്കെ ഭാവങ്ങളാണ് വരുത്താൻ കഴിയുന്നത്. പെട്ടെന്ന് മനോജിത്ത് മാംപിയെ കോലായിലേക്ക് മാടിവിളിച്ചു. അടുത്തുചെന്നപ്പോൾ അവന്റെ കണ്ണിൽ കനലെരിയുന്നു. ക്ഷോഭം കൊണ്ട് തൊണ്ട വിറയ്ക്കുന്നുണ്ട്.

"മാംപീ നീ ചെറിയ കുട്ടിയാണ്. എന്നാലും നീ ശരിക്കും സൂക്ഷിക്കണം. തെമ്മാടിക്കൂട്ടങ്ങൾ ചുറ്റിലുമുണ്ട്. അവർക്കുവേണ്ടി മുത്തശ്ശി കൂട്ടുനിൽക്കുകയും ചെയ്യും..."

ഒന്നും മനസ്സിലാകാതെ മാംപി അവനെ നോക്കി. പിന്നെ അവന്റെ നെറ്റിയിലേക്ക് ഊർന്നുവീണ മുടി പിറകിലേക്ക് ഒതുക്കി വച്ചു.

"അവരൊക്കെ ചീത്തയാണ്... നീ സൂക്ഷിച്ചു നടക്കണം.' മനോജിത്ത് അവളുടെ കൈവിരലിൽ പറ്റിയ മണ്ണ് തുടച്ചുകൊണ്ട് പറഞ്ഞു.

മാംപിയുടെ ഹൃദയത്തിലേക്ക് കുറേ ചെന്നായക്കൂട്ടങ്ങൾ പമ്മി നടന്നു. ഇരകൾക്കുവേണ്ടി കാതോർത്ത് പൊന്തകളിൽ കള്ളയുറക്കം നടിച്ചുകിടന്ന അവരുടെ കഥകൾ അച്ഛനും ഏറെ പറഞ്ഞുതന്നിരുന്നു. ഒറ്റപ്പെട്ടുപോകുന്ന സാധുമൃഗങ്ങളെ ഒന്നിച്ചാക്രമിക്കുന്ന ഇവരുടെ ജാഗ്രത ഒരിക്കലും ആർക്കും മനസ്സിലാകില്ലപോലും.

സാരോപദേശകഥകളോ പുരാണകഥകളോ പറഞ്ഞുതരാൻ മുത്തശ്ശി ഒരിക്കലും ഇഷ്ടപ്പെട്ടില്ല. പരിധിക്കു പുറത്തേക്കുപോകുന്ന ശാപങ്ങളെ സ്വരൂക്കൂട്ടാനാണ് അവർക്ക് താൽപര്യം.

ക്ലാസ്മുറികളിൽ അധ്യാപകൻ കുട്ടികളെ ചേർത്തുപിടിച്ച് ഇക്കിളിപ്പെടുത്തുന്നത് മാംപി ആരോടും പറഞ്ഞില്ല. തൊടാൻ പാടില്ലാത്തിടത്ത് വിരലമർത്തി കുട്ടികളെ പ്രകോപിപ്പിക്കുന്ന സുന്ദർലാൽ എന്ന അധ്യാപകനെ മാംപി ഒരിക്കൽ ക്ഷോഭത്തോടെ എതിർത്തു. അതിനുശേഷം ഉത്തരംകിട്ടാത്ത ചോദ്യങ്ങൾ ചോദിച്ച് മാംപിയെ അയാൾ തല്ലാറുണ്ട്. അതൊന്നും അവൾ അച്ഛനോടും മനോജിത്തിനോടും പറഞ്ഞില്ല. അവരത് കേട്ടാൽ സങ്കടപ്പെടും. മാത്രമല്ല സ്ക്കൂളിലേക്ക് പോകണ്ടാന്നും പറയും.

മാംപി സ്ക്കൂൾവിട്ട് അച്ഛന്റെ കടയിലേക്ക് നടക്കുകയാണ്. തന്റെ കാലടിശബ്ദത്തിന് കാതോർത്ത് വരാന്തയിൽ നിൽക്കുന്ന അച്ഛന്റെ മുഖമോർത്തു നടന്നു. വിജനതയുടെ ഗന്ധം മുറ്റിയ വഴിയിലൂടെ നടക്കുമ്പോൾ ഒരു മഴയുടെ ലക്ഷണം കണ്ടു. ആകാശപ്പരപ്പിൽ കറുത്ത മേഘക്കൂട്ടങ്ങൾ തെരുതെരെ സഞ്ചരിക്കുന്നുണ്ട്. എത്രമാത്രം ജലമാണവ വഹിക്കുന്നത്. ഈറ്റുനോവുള്ള പെണ്ണിനെപ്പോലെ കരിമേഘങ്ങൾ തലങ്ങും വിലങ്ങും സഞ്ചരിക്കുന്നു. പെയ്തൊഴിഞ്ഞ് ചിരിക്കുന്ന ആകാശം കാണാൻ കൊതിച്ച് അവൾ നടന്നു.

പെട്ടെന്നാണ് മുമ്പൊക്കെ ചൂളംവിളിച്ച് തന്റെ ശ്രദ്ധയാകർഷിക്കാറുള്ള സർദാർജി മുന്നിലെത്തിയത്.

"എന്താ മഴക്കോള് കാണുകയാണോ...?"

അതും പറഞ്ഞയാൾ മാംപിയെ ചേർത്തുപിടിച്ചു. കുതറിയോടാൻ ശ്രമിക്കുമ്പോൾ അവൾ മനോജിത്തിനെയാണ് ഓർത്തത്. പക്ഷെ, ഇത്രയും തടിയനായ ഒരാളിൽ നിന്നും രക്ഷപെടാൻ അവൾക്കായില്ല. വിജനതയിലെ ഒരിടുങ്ങിയ ചെരിവിലേക്ക് അവളെ കോരിയെടുത്തു കൊണ്ടുപോയി.

നിലവിളി തൊണ്ടയിൽ നിന്നും പുറത്തേക്ക് തെറിക്കാതിരിക്കാൻ അയാൾ വായ കൂട്ടിപ്പിടിച്ചു.

ഏറെ വൈകിയാണ് മാംപി കണ്ണുതുറന്നത്. പൊട്ടിത്തകർന്ന പട്ടം പോലെ അവൾ ചെളിനിറഞ്ഞ നിലത്തു പറ്റിക്കിടന്നു. കുറേനേരം അവൾ വാവിട്ടു കരഞ്ഞു. കരിമേഘം പൊട്ടിയൊലിച്ച് അവളുടെ ശരീരം നനച്ചു. അവളുടെ കണ്ണീരിനൊപ്പം ആർത്തലച്ച് കരഞ്ഞു.

അച്ഛനെ ഓർത്തപ്പോൾ അവൾ പതുക്കെ എഴുന്നേറ്റു. വേച്ചുവേച്ച് നടക്കുമ്പോൾ അവളറിയാതെ അമ്മയെ ഓർത്തുപോയി. അമ്മ മരിച്ചു കളഞ്ഞത് എന്തുകൊണ്ടാണെന്ന് അവൾക്കിപ്പോൾ മനസ്സിലായി.

"എന്താ വൈകിയേ...?"

അവളുടെ സാമീപ്യമറിഞ്ഞപ്പോൾ തന്നെ വൈശാഖ് സർക്കാർ അങ്കലാപ്പ് നിറഞ്ഞ സ്വരത്തോടെ അവളോട് ചോദിച്ചു.

പൊട്ടിവന്ന നിലവിളിയെ അടക്കിക്കൊണ്ട് അച്ഛൻ സങ്കടപ്പെടാതിരിക്കാൻ അവൾ പതുക്കെ പറഞ്ഞു.

"ആകാശം കരയുന്നത് കാണുകയാണച്ഛാ..."

അച്ഛൻ പുഞ്ചിരിച്ചു.

"ഞാനെന്തൊക്കെയോ പേടിച്ചുപോയി. കാലം വളരെ മോശമല്ലേ മോളേ..."

മാംപി നിശ്ശബ്ദമായി കരഞ്ഞു. ഒന്നു മൂളിയിട്ടെങ്കിലും അച്ഛനെ സമാധാനിപ്പിക്കാൻ അവൾക്കായില്ല. അവളുടെ ചുമലിൽ തൊട്ടപ്പോൾ വേവലാതിയോടെ അയാൾ ചോദിച്ചു.

"മഴ നനഞ്ഞു അല്ലേ... ചെളിയുമുണ്ടല്ലോ കുപ്പായത്തിൽ..."

അതിനവൾ 'ഉം...' എന്നു മൂളി.

വീട്ടിലേക്ക് കയറിയപ്പോൾ അവൾ മനോജിത്തിനെ നോക്കി. അവൻ നല്ല ഉറക്കമാണ്. അവനങ്ങനെയാണ്, നേരമില്ലാനേരത്ത് ഉറങ്ങിപ്പോകും. മുത്തശ്ശി അടുക്കളയിൽ ഉരുളക്കിഴങ്ങ് പാകപ്പെടുത്തുകയാണ്.

തന്റെ മുറിയിൽ പായ നിവർത്തി കിടക്കുമ്പോൾ അവൾ ഓർത്തത് അച്ഛനെയും മനോജിത്തിനെയുമാണ് മുത്തശ്ശിയോട് തന്റെ സങ്കടം പറഞ്ഞാലോ... ഇത്രയും സങ്കടം തനിക്ക് താങ്ങാനാകുന്നില്ല. പറയാൻ ശ്രമി

ച്ചാലും ഭയംകൊണ്ട് മിണ്ടാനുമാവില്ല. തന്റെ ജീവിതമിനി എന്തായി ത്തീരും ദൈവമേ... അവൾ കരഞ്ഞു.

പിറ്റേന്ന് അച്ഛനെ കടയിലേക്ക് കൊണ്ടുചെന്നാക്കി വേഗം തിരിച്ചു വന്ന മാംപിയെ കണ്ട മനോജിത്ത് വെപ്രാളപ്പെട്ടു.

“എന്റെ മാംപി നിനക്കെന്താ പറ്റീത്...?”

അവന്റെ ഉൽക്കണ്ഠ കണ്ടപ്പോൾ മനസ്സിനകത്ത് ഉരുൾപൊട്ടൽപോലെ സങ്കടം നിറഞ്ഞു. എങ്കിലും ചുണ്ടുകൾ ഇറുക്കിപ്പിടിച്ചു.

“ഒരു കിഡ്നി തരാൻ ഒരാൾ തയ്യാറായാൽ നിനക്ക് സ്വന്തമായി ജീവിക്കാം അല്ലേ മനോ...?”

ഒരു പനിക്കോളിന്റെ ആരംഭമായിട്ടേ ആ വാക്കുകൾ അവന് തോന്നി യുള്ളൂ. ഇന്നലത്തെ മഴ മുഴുവനും അവൾ നനഞ്ഞുവെന്ന് അച്ഛൻ പറ ഞ്ഞിരുന്നു. ഈ പെണ്ണിന് മഴയും വെയിലും ഒരുപോലെ തന്നെ. നാദിയാ ജില്ലാശുപത്രിയിലേക്ക് അവളെയൊന്ന് കൊണ്ടുപോകാൻ അച്ഛനോടു പറയണം. അപ്പോൾ തന്റെ ഡോക്ടറെയും ഒന്നു കാണാമല്ലോ... അതോർത്തിരിക്കെ അവൻ ഉറങ്ങിപ്പോയി.

ഉച്ചയോടെ മാംപി നിലവിളിച്ചുതുടങ്ങി. സഹിക്കാനാവുന്നില്ലല്ലോ എന്ന അലറൽ കേട്ട് മനോജിത്ത് എഴുന്നേറ്റിരുന്നു. മാംപി പിടഞ്ഞു കരയുകയാണ്. മുത്തശ്ശി പ്രാകാൻ തുടങ്ങി. “വയസ്സറീക്കാൻ ആയിട്ടു ണ്ടാകും... വല്യപെണ്ണാകുമ്പോൾ നിലവിളിക്കരുത്... ഇനിയെന്തൊക്കെ അനുഭവിക്കാനുള്ളതാ...”

മുത്തശ്ശിയുടെ വാക്കുകൾ കേട്ട് ചിതറിയ നിലവിളിയുമായി മാംപി അച്ഛനെ കാണാൻ ഓടിപ്പോയി. കടയിലേക്ക് പാഞ്ഞുകയറിയ മാംപി അച്ഛന്റെ മടിയിലേക്ക് കുഴഞ്ഞുവീണു. പറയാനോങ്ങിയ വാക്കുകളും അവളോടൊപ്പം നിശ്ശബ്ദമായി.

വൈശാഖ് സർക്കാറിന്റെ പരിഭ്രമം നിറഞ്ഞ ചോദ്യങ്ങൾക്കൊന്നും ഉത്തരം കിട്ടിയില്ല. മാംപിയെ കെട്ടിപ്പിടിച്ച് അയാൾ നിലവിളിച്ചു.

നാദിയാ ജില്ലാ ആശുപത്രിയിൽ നിന്നും ജീവനില്ലാത്ത മാംപിയെ ഏറ്റുവാങ്ങി അയൽക്കാരോടൊപ്പം വീട്ടിലേക്ക് വരുമ്പോൾ ഒരു കൊച്ചു മൺകുഴി അവൾക്കായി കാത്തിരിക്കുന്നുണ്ടായിരുന്നു. അപ്പോഴും കരി മേഘം പൊട്ടിക്കരഞ്ഞ് ആകാശത്ത് ബഹളം വച്ചു. ആശുപത്രി റിപ്പോർട്ടിലെ സത്യങ്ങൾ ഉൾക്കൊള്ളാനാകാതെ അച്ഛൻ വാവിട്ടുകരഞ്ഞു

സന്ധ്യാനേരത്താണ് മനോജിത്തിന്റെ നിയന്ത്രണം വിട്ട നിലവിളി വൈശാഖ് സർക്കാരിനെ വീണ്ടും ഞെട്ടിച്ചത്. ഒരു കടലാസ് നിവർത്തി പ്പിടിച്ച് അവൻ വാവിട്ടു നിലവിളിക്കുകയാണ്.

സന്ധ്യക്കുള്ള ഗുളിക തലയിണക്കിടയിൽ നിന്നെടുക്കുമ്പോഴാണ് നിവർത്തിവെച്ച കടലാസ് കണ്ടത്.

"എന്റെ കണ്ണ് അച്ഛന് വെളിച്ചം തരും. എന്റെ വൃക്ക മനോജിത്തിനെയും രക്ഷിക്കും. നിങ്ങളോടൊപ്പം എന്നും ഞാനുണ്ടാകും... ക്ഷമിക്കണേ അച്ഛാ..."

ചെറിയ മനസ്സിൽനിന്നും കുഞ്ഞുവിരലുകൊണ്ടെഴുതിയ വലിയ വാക്കുകൾ കണ്ട് രണ്ടുപേരും കെട്ടിപ്പിടിച്ചു തേങ്ങി.

മനോജിത്ത് മൺകൂനയിലേക്ക് നോക്കി കരയുമ്പോൾ ആ കാഴ്ചപ്പുറത്തേക്കുള്ള ദിക്ക് തെറ്റിപ്പോയ അച്ഛൻ രണ്ടുകൈകൊണ്ടും മുഖം പൊത്തിക്കരഞ്ഞു.

കത്തിലെ വാക്കുകൾ കൂടുവിട്ടു പറന്നുപോകുന്ന കിളികളെപ്പോലെ മൺകൂനക്കു ചുറ്റും വട്ടം ചുറ്റി. ഗോതമ്പുപാടത്തുനിന്നും വീശിയ ചെറുകാറ്റ് മൺകൂനയെ തലോടുമ്പോൾ ഒരു താരാട്ടിന്റെ താളം അവിടെയാകെ നിറഞ്ഞതായി വൈശാഖ് സർക്കാരിന് തോന്നി.

•

# ചാത്തൻ C/o സാവിത്രി

തൊണ്ടയിൽ കുടുങ്ങിക്കിടന്ന 'ബൗദ്ധികചിന്ത' പുറത്തേക്ക് തള്ളിക്കളയാനാവാത്ത ആശാൻ സദസ്സിൽ ചുമച്ചുകൊണ്ടിരുന്നു. പക്ഷേ മറ്റുള്ളവരെ അസ്വസ്ഥമാക്കുന്ന തന്റെ പഴഞ്ചൻ ചുമ ആരും ഗൗനിച്ചില്ലല്ലോ എന്നോർത്ത് മനഃസ്താപത്തോടെ പുറത്തേക്കിറങ്ങി.

നെടുനെടുങ്കൻ വാചകങ്ങൾ അക്കാദമിഹാളിൽ ഉരുണ്ടുവീണ് കൂട്ടിമുട്ടുന്നത് തുടർന്നുകൊണ്ടിരുന്നു. നിരത്തിവെച്ച സാഹിത്യമഹാരഥന്മാരുടെ ഛായചിത്രങ്ങൾ തന്നെ നോക്കി കണ്ണിറുക്കുന്നതായി അദ്ദേഹത്തിനു തോന്നുകയും ചെയ്തു. അക്കാദമിയുടെ മുറ്റത്തെ മാവിൻചുവട്ടിൽ കൊടുംകൈയും കുത്തിയിരിക്കുകയാണ് ആശാൻ.

നടന്നുതളർന്ന വഴികളും ഇനി നടക്കാനുള്ള വഴികളും ഏറെയുണ്ടെന്ന് മനസ്സിനോട് പറഞ്ഞുകൊണ്ട് ചുറ്റുപാടുകളെ വെറുതെ നോക്കി. ഇതാണ് ശരിയായ ദുരവസ്ഥയെന്ന് പറഞ്ഞുകൊടുക്കണമായിരുന്നു. താൻ സൃഷ്ടിച്ച ചാത്തനേയും സാവിത്രിയേയും പുനരാവിഷ്കരിക്കാൻ ആഹ്വാനം ചെയ്യുന്ന പണ്ഡിതമൂഢനെ മൈക്കിനു പിന്നിൽ നിന്നും വലിച്ചിറക്കണമെന്ന് വല്ലാതെ ആഗ്രഹിച്ചു... പക്ഷേ...

ബൗദ്ധികപ്രക്ഷാളനത്തിൽ ഉന്മാദം ബാധിച്ച പാവം ചെറുപ്പക്കാരനെ ശല്യം ചെയ്യണ്ടാന്ന് തീരുമാനിച്ചു. എന്നാലും എന്തു കഷ്ടമാണെന്ന് നോക്കണേ... അനാവശ്യകാര്യങ്ങൾ തോണ്ടിയെടുക്കാൻ എത്ര കഷ്ടപ്പെടുകയാണിവർ. പുതിയതെന്തെങ്കിലും ഭൂതക്കണ്ണാടിയിൽ തെളിയിക്കുന്നതല്ലേ ഇന്നത്തെ ലോകത്തിന് നല്ലത്?

വിപ്ലവത്തിന്റെ ശുക്രനക്ഷത്രമാകാൻ വേണ്ടിയായിരുന്നില്ല ഒന്നും ചെയ്തുകൂട്ടിയത്. മനസ്സിന് ശരിയെന്നു തോന്നുന്നതൊക്കെ ചെയ്തു. ആഘോഷിക്കാനും ആക്ഷേപിക്കാനും ആളുണ്ടായിരുന്നു. അതുപിന്നെ അങ്ങനെതന്നെയല്ലേ വേണ്ടത് എന്നതന്നെയായിരുന്നു ഗുരുവചനവും. 'ഗുരോസ്തു മൗനം വ്യാഖ്യാനം' എന്നല്ലേ പ്രമാണം. ഗുരു പലപ്പോഴും മൗനത്തിലായിരുന്നു. മൗനത്തിലൂടെ പകർന്ന അറിവുകൾ സ്വന്തം കണ്ടെത്തലുകളുമാണ്. ചിന്നസ്വാമിയിൽനിന്നും പെരിയസ്വാമിയിലേക്കുള്ള വളർച്ചയ്ക്കിടയിൽ ഒരു ചുവടുമാറ്റം... പ്രകൃതിയുടെ വിളി, കവിതയുടെ വിളി, പ്രണയത്തിന്റെ വിളി... ഇതൊക്കെ ചേർന്ന് മനസ്സിനകത്ത്

ആവലാതികൾ പെരുകിത്തുടങ്ങിയിട്ടും മോചനത്തിനായി ഗുരുവിനെ കണ്ടില്ല... കാണാൻ കവിയുടെ അഹന്ത, പ്രേമത്തിന്റെ ആത്മവിശ്വാസം സമ്മതിച്ചുമില്ല.

ചാത്തനെ കണ്ടെത്താൻ യാതൊരു ബുദ്ധിമുട്ടും ഉണ്ടായിരുന്നില്ല. അവൻ നാടെങ്ങുമുണ്ടായിരുന്നു. അവന്റെ ബൗദ്ധികമേഖല ചളിയും ചേറുമായ ക്ഷേത്രമാണ്. ആ ക്ഷേത്രത്തിലായിരുന്നു അവന്റെ കർമ്മമണ്ഡലവും. വിപ്ലവപാതയിലേക്ക് അവനെ തെളിച്ചുകൊണ്ടുവരാൻ ചൂരലുമായി പിന്നിൽ നിൽക്കാൻ ശ്രമിച്ചില്ല. കാരണം അവന്റെ ജീവിതത്തിന്റെ പ്രചോദനം ജന്മിതന്നെയായിരിക്കണം. ഒരുപക്ഷേ അന്നത്തെ അടിസ്ഥാന പ്രമാണങ്ങളൊക്കെ ചാത്തന് ബലമായിരിക്കണം നൽകിയിരിക്കുക. വരേണ്യവർഗ്ഗത്തിന്റെ ഇംഗിതങ്ങളെ അനുസരിക്കാൻ ചാത്തനെ സഹായിച്ചത് ഒരുപക്ഷേ സാവിത്രിയായിരിക്കാം.

സാവിത്രിയെക്കുറിച്ചോർത്തപ്പോൾ ആശാന്റെ കണ്ണുകൾ വല്ലാതെ ചലിച്ചുകൊണ്ടിരുന്നു. അവളായിരുന്നല്ലോ. വിപ്ലവത്തിന്റെ നെടുംതൂൺ, അല്ലെങ്കിൽ ഒരേയൊരു ആയുധം. ദീപ്തമായ ഓർമ്മകൾ... ഓർമ്മകളുടെ തിരയിളക്കം.

മരത്തണലിലെ കാറ്റിന് തീ പിടിച്ചുവോ... എന്തൊരു വേവ്... അതോ വേവലാതികളോ... തന്നെ കാലത്തിനനുസരിച്ച് കോലത്തിലാക്കാൻ സാഹിത്യലോകം ഇത്ര കഷ്ടപ്പെടുന്നതെന്തിനെന്ന് ആശാന് മനസ്സിലായില്ല.

"എന്റെ ഏകധനമങ്ങു-ജീവന-

ങ്ങെന്റെ ഭോഗമതുമെന്റെ മോക്ഷവും."-എന്ന് വികാരത്തോടെ സന്ദേശമെഴുതാനും എസ്.എം.എസ് അയക്കാനും വഴിതുറന്നിട്ടത് താനല്ലേ... കാമുകീകാമുകന്മാരുടെ അന്തസത്തയാർന്ന പ്രണയത്തിൽ ഇതിലുമധികം വികാരം വിതയ്ക്കാൻ ആർക്കാണാവുക... ഇതാണ് പരിണാമമെന്ന് പറയുന്നത്. സീതയും നളിനിയും ലീലയും കോരിക്കുടിച്ച കണ്ണീർ സ്നേഹത്തിനുവേണ്ടിയായിരുന്നു എന്ന നഗ്നമായ സത്യം ഇക്കാലത്തെ ഏത് പെണ്ണിനാണ് മനസ്സിലാവുക... ചാറ്റിംഗും റേറ്റിംഗുമായി പുതിയ സമൂഹം മുന്നോട്ട് കുതിക്കുകയാണെന്നും പ്രണയം പുതിയ പാത വെട്ടി മുന്നേറുകയാണെന്നും നേരത്തെ ആരോ പ്രസംഗിക്കുന്നത് കേട്ടതാണ്. അർത്ഥങ്ങളൊന്നും നേരായ രീതിയിൽ മനസ്സിലായില്ല. പക്ഷെ കാലത്തെ അതിജീവിക്കുന്ന ഭാവം പ്രണയത്തിനുണ്ടെന്നു തനിക്കറിയാം.

മാതംഗിയും സാവിത്രിയും സ്വാതന്ത്ര്യത്തിന്റെ ഉയിർത്തെഴുന്നേൽപ്പിൽ പുളകം തീർത്തപ്പോൾ ആരുടെ മനസ്സിലാണ് തീ വീണിരി

ക്കുകയെന്നത് മനസ്സിലാക്കാൻ ആ പ്രാസംഗികന് ആവുന്നുണ്ടോ ആവോ...

"അല്ലാ...ആശാൻ ഇറ്റിടെ വന്നിരിക്കുകയാണോ?" ധൃതിപിടിച്ചെത്തിയ സെക്രട്ടറിയും പ്രസിഡന്റും വിയർപ്പ് തുടച്ചുകൊണ്ട് ചോദിച്ചു...

അവരെ നോക്കുന്തോറും താൻ കാലത്തിന് പിന്നിലേക്ക് മാഞ്ഞു പോകുന്നതായി ആശാന് തോന്നി. അവരുടെ കണ്ണിലേക്ക് നോക്കി അദ്ദേഹം പറഞ്ഞു:

"പുനരാവിഷ്കരിച്ചാൽ നിലനിൽക്കുന്ന കഥാപാത്രങ്ങൾ എന്റെ കൈയിലല്ല പ്രസിഡന്റേ... എല്ലാവരും കാലഘട്ടത്തിന്റെ ആവശ്യമായിരുന്നു. അതെന്താണ് മനസ്സിലാവാതെ പോയത്?" ആശാന്റെ ആശയക്കുഴപ്പവും മനഃസ്താപവും പെറുക്കിക്കൂട്ടാൻ അവർക്കായതു പോലെ പരസ്പരം ചിരിച്ചു.

"ആശാനേ..., വിവരമില്ലാത്തവർ ഓരോന്ന് ഘോഷിക്കുന്നു. അങ്ങ് വിഷമിക്കരുത്... ഞങ്ങളെത്ര കേൾക്കുന്നതാ ഇതൊക്കെ..."

മൈക്കിൽനിന്നും ഇടതടവില്ലാതെ വാക്കുകൾ ചിതറി. വികാരത്തിന്റെ കൊടുങ്കാറ്റും പേമാരിയും കോടമഞ്ഞും പുറത്തേക്ക് തെറിച്ച് കാറ്റിനെ ദുഷിപ്പിച്ചുകൊണ്ടിരുന്നു.

"ആശാന് സാവിത്രിയേയും ചാത്തനേയും കാണുമ്പോൾ ഒക്കെ ബോധ്യാവും... കാലത്തിന്റെ പരിണാമങ്ങളേയ്..."

സെക്രട്ടറിയാണത് പറഞ്ഞത്. അത്ഭുതത്തോടെ അയാളെ നോക്കി. കഥാപാത്രങ്ങളെ കാണാനാവുമെന്നോ? ഇയാളെന്താ തന്നെ കളിയാക്കുകയാണോ... അല്ലെങ്കിലും പുതിയ തലമുറ പരിഹസിക്കുന്നത് ഗൗരവത്തോടെയാണ്... പ്രസ്താവനകളോ അവഹേളനങ്ങളോ എന്ന് തിരിച്ചറിയാനാകാത്തവിധം.

ആശാന് പിന്നെയും സംശയമായി. വാക്കുകളിലെ ജഡനില സംസ്കാരത്തെക്കുറിച്ച് ഒരിക്കലെങ്കിലും തന്റെ ഗുരു പറഞ്ഞിരുന്നുവോ... മാവിൽ കൂടുകെട്ടിയ മൈനകളും അണ്ണാനും കലപില കൂട്ടി. ആശാനേ... എന്നു വിളിക്കുന്ന തിര്യക്കുകൾ... പക്ഷേ വനസ്ഥലിയിൽ കുഹൂരവം തീർത്ത കുയിലുകളൊക്കെ ദേശാടനത്തിനു പോയോ... ഈ നാഗരിക ക്കാട്ടിലെ തിളയ്ക്കുന്ന നട്ടുച്ചകളിൽ കോൺക്രീറ്റ് തണലിൽ ആരുടെ വികാരമാണ് ഗാനമായി മാറുക... ഇരുമ്പു നൂലുകളാൽ കൂടുകൾ തീർക്കുന്ന കൊക്കുകളിലൂടെ പാട്ടുകൾ പുറത്തേക്ക് വരുമോ... അവിടെ വിരിയുന്ന തുരുമ്പുമണമുള്ള കുഞ്ഞുങ്ങൾ പുകപരക്കുന്ന ആകാശക്കീറുകൾ സ്വന്തമാക്കുമോ...

"ആശാനെന്താ ആലോചിക്കുന്നത്...?"

വല്ലാതെ മൂകനായിപ്പോയതുകൊണ്ടാകാം പ്രസിഡന്റ് അരികിലേക്ക് നീങ്ങിയിരുന്ന വേവുന്ന നോട്ടമയച്ചത്...

"നമുക്കൊന്ന് പോയാലോ ആശാനേ...?"

സെക്രട്ടറി കാണിക്കുന്ന തിടുക്കം എന്തിനായിരിക്കാം... കാലം മാറിയതുതന്നെ എത്ര തിടുക്കപ്പെട്ടാണ്. നൂറ്റാണ്ടൊന്നു കഴിഞ്ഞിട്ടു കൂടിയില്ല. വാക്കിലും നോക്കിലും ചിന്തയിലും തിടുക്കം കാണിക്കുന്നവരുടെ ആയുസ്സെത്രയായിരിക്കാം... ആശാൻ പിന്നെയും കാടുകയറി.

പ്രസിഡന്റ് വേഗം സ്വന്തം കാറ് സമീപത്തേക്ക് നീക്കിനിർത്തിയിട്ട് സെക്രട്ടറിയോട് പറഞ്ഞു;

"നമുക്കെന്തായാലും ഈ സാംസ്കാരിക നഗരമൊന്നു ആശാനെ കാണിച്ചാലോ...?"

"അപ്പോൾ  പരിപാടി... അവാർഡ് ദാനം... മേളം?"

സെക്രട്ടറി വെപ്രാളപ്പെടുന്നു. താനില്ലെങ്കിൽ അക്കാദമിഹാളിൽ ഒരു വാക്കുപോലും ഇലമുളച്ച് പന്തലിച്ച് നിൽക്കില്ലാ എന്നൊരു മുടന്തൻ സംശയം.

"ആശാനെ, നമുക്കൊന്നു കറങ്ങാം. ഒത്താൽ ചാത്തനേയും സാവിത്രിയേയും കാണാം."

പിന്നെയും തൊണ്ടയിൽ കുടുങ്ങിയ ബൗദ്ധികചിന്ത അവിടെക്കിടന്ന് ഞെരിപിരി കൊള്ളുകയും കുത്തിനോവിക്കുകയും ചെയ്യുന്നു.

ഇനിയെന്തു പറഞ്ഞാണ് വിമുഖത കാട്ടുക. തലപ്പത്തിരിക്കുന്ന സാഹിത്യരാജാക്കന്മാരാണ് ക്ഷണിക്കുന്നത്. ഒരു കാർണിവലിലേക്ക് അല്ലെങ്കിൽ ഒരു ഷോപ്പിംഗ് മാമാങ്കത്തിന് ക്ഷണിക്കുന്ന കനംകൂടിയ ഭാവമുണ്ടതിന്... വെറുതെ നടന്നു കാണാനോ... അതോ എന്തെങ്കിലും സമ്മാനപ്പൊതികൾ തരാനുണ്ടോ...

വളവ് തിരിഞ്ഞുതുടങ്ങിയപ്പോൾതന്നെ കണ്ടു... കാരിരുമ്പൊത്ത ഒരു ഫുൾബോഡി പ്രതിമ... ശക്തൻ തമ്പുരാനാണ്. ഏതായാലും കൽപ്രതിമകളിലൂടെ ജീവിച്ചുകൊണ്ടിരിക്കുന്ന തമ്പുരാക്കന്മാർക്ക് സ്തുതി. ഒരു മംഗളപത്രമെഴുതാനുള്ള കോപ്പ് കൂട്ടാൻ മനസ്സ് പാകപ്പെടുന്നില്ല. കാൽതൊട്ട് രണ്ടുവാക്ക് പറയാനും സാവകാശം കിട്ടിയില്ല.

"ആശാനേ... വടക്കുംനാഥനെ കാണേണ്ടേ... തീവ്രചിന്തകളുള്ള മൃഗങ്ങൾ പരക്കംപായുന്ന ശബ്ദമുഖരിതമായ കാട്ടിലെ നിശ്ശബ്ദപർണ്ണശാലയാണ് ആ കാണുന്നത്. അതിനുള്ളിൽ വടക്കുംനാഥന് സുഖമാണ്..."

ഒന്നും പറയാൻ തോന്നിയില്ല. പറയുന്നതു മുഴുവനും അവർ തന്നെ.

നീണ്ട മൗനത്തിന്റെ കനത്ത ഭാവം അനാവശ്യവും ദയനീയവുമായ രീതിയിൽ കാറിനകത്ത് നിറഞ്ഞുതുടങ്ങി. വാഹനം മെല്ലെയാണ് നീങ്ങുന്നതും.

പെട്ടെന്നാണ് സെക്രട്ടറി മൗനം പൊട്ടിച്ചുകളഞ്ഞത്.

"മൂളുന്ന വണ്ടേ... മുരളുന്ന വണ്ടേ..." പാട്ടുനിർത്തി സെക്രട്ടറി പ്രസിഡണ്ടിനെ നോക്കി അസ്സലായോ എന്ന് തലകൊണ്ട് ചോദിക്കുകയും ചെയ്തു. പിന്നീടവിടെ നടന്ന ഘോരമായ ചർച്ച ആശാന് വിഷമമുണ്ടാക്കി. കവിത ഇത്രയുമധികം ലളിതവും തരളവുമാകണമെന്നും മരിക്കുന്നതുവരെ ഓർക്കാനുള്ള പദപ്രയോഗമാണ് വേണ്ടതെന്നും വാദിച്ച് സെക്രട്ടറി കസറുകയാണ്. ഇന്ന് വരികളെ മുറിച്ച് വാക്കുകളാക്കി അട്ടിയിടുകയാണ് ചെയ്യുന്നതെന്നും അത് അരോചകമാണെന്നും പ്രസിഡന്റ് പിന്താങ്ങി. പക്ഷേ എങ്ങനെയാണ് കവിതയെ കണ്ടെത്തേണ്ടതെന്നൊന്നും ചർച്ചയിൽ വന്നില്ല. ഒരു സുന്ദരിപ്പെണ്ണിന്റെ ബാഹ്യമോടിയെ പ്രശംസിക്കുന്ന ആരാധകന്റെ ഭാവഗരിമയാണ് സെക്രട്ടറിയുടെ വാക്കുകളിലെന്ന് ആശാന് മനസ്സിലായി.

വണ്ടി ഒരു ഹമ്പിൽ ഉയർന്നു കുലുങ്ങിയപ്പോൾ പ്രസിഡന്റ് ആവേശത്തോടെ പറഞ്ഞു.

"വാക്കുകൾ ചുവക്കണം സുഹൃത്തേ... അതെല്ലാം ബൊളീവിയൻ കാട്ടിൽ പൂത്തതുമായിരിക്കണം... എങ്കിലേ അതിജീവനപാതയിൽ ഉറച്ചുനിൽക്കുള്ളൂ."

സെക്രട്ടറി പതർച്ചയോടെ പ്രസിഡന്റിനെ നോക്കി. സ്റ്റിയറിംഗിൽ മുറുകെപ്പിടിച്ച് മുഖം കനപ്പിച്ചു. പ്രസിഡന്റ് പിന്നെയും ആവേശത്തിലാണ്.

"വിപ്ലവാത്മകമായ വാക്കും വരിയും ചേർന്ന ആവേശമില്ലാത്ത കവിതയോ?"

ചർച്ച കാടുകയറുമ്പോൾ വണ്ടുകളുടെ ഈണക്കം കേട്ട് തരളിതരായ ലീലയും നളിനിയും തടാകക്കരയിൽ മൗനം കുടിച്ചിരിക്കുന്ന നിശ്ചലദൃശ്യം മനോമുകുരത്തിൽ തെളിഞ്ഞു.

ഇടയ്ക്കെവിടെയോ കാറൊന്നു നിർത്തി.

"ഒരു ചായ ആവാം..." ആശാനെ സൽക്കരിക്കാൻ കിട്ടിയ അപൂർവ്വാവസരം ഒഴിവാക്കാൻ ആകാത്തതുപോലെ രണ്ടുപേരും ഒരു തട്ടുകടയിലേക്ക് നീങ്ങി. ചായയോടൊപ്പം 'വെള്ളപ്പ' ത്തിന്റെ ഒരു പൊതികൂടി വാങ്ങിക്കൊണ്ട് പ്രസിഡന്റ് പറഞ്ഞു:

"ആശാനേ... ഇതാണ് സാറാജോസഫ് ഫെയിമസാക്കിയ വെള്ളെപ്പം. കൊക്കാഞ്ചേരിയെന്ന മഹത്തായ പ്രദേശത്ത് സൃഷ്ടിക്കപ്പെട്ട ജീവ

നദായകമായ അപ്പമാണിത്... പിന്നീടാണിത് കേരളത്തിലാകെ പ്രചാരം നേടിയത്."

ആവേശപൂർവ്വം ഭക്ഷണം കഴിച്ചുകൊണ്ടിരുന്ന പ്രസിഡണ്ടിന്റെ കണ്ണിലെ തിളക്കം ആശാൻ ശ്രദ്ധിച്ചു. പുതിയ പ്രചോദനത്തിന്റെ തിളയ്ക്കൽ ആ കണ്ണുകളിലുണ്ട്. എന്തുകൊണ്ട് തന്റെ സാവിത്രിയോ മാതംഗിയോ അല്ലെങ്കിൽ സീതയോ ജീവിതപ്രതിസന്ധികളിൽ ഇതുപോലൊരു ഉല്പന്നം വിപണിയിലിറക്കിയില്ലാ എന്ന് ഇവൻ ചോദിക്കാതിരുന്നെങ്കിൽ... ഒരു ബ്രാന്റ് നെയ്മായി അവർ കാലത്തെ മറികടക്കുമായിരുന്നു എന്ന് അവർ പ്രത്യാശ പ്രകടിപ്പിച്ചാൽ പിന്നെന്തിന് തന്റെ മാനസപുത്രിമാർ നിലനിൽക്കണം.

ഗുരു പറയാറുണ്ട് അന്നം പോരാട്ടങ്ങൾക്കു ശേഷമുള്ള വിജയമാണ്... അന്നം സ്വാതന്ത്ര്യമാണ് എന്നൊക്കെ. അതുകൊണ്ട് അന്നത്തെ ബഹുമാനിച്ചുകൊണ്ട് ആശാൻ മിണ്ടാതിരുന്നു. ഗുരു പറഞ്ഞതിനെ ഇന്ന് വ്യാഖ്യാനിക്കുമ്പോൾ അർത്ഥവ്യത്യാസമുണ്ടാകാം. പാഠപുസ്തകം താരതമ്യപഠനം നടത്തുമ്പോൾ ഇതൊക്കെ വാരിവലിച്ച് എഴുതി നിറയ്ക്കാം. ചേറ്റിലാണ് ചോറ് വിരിയുന്നതെന്ന് പഴയ ചിന്തകൾ അടിവരയിട്ട് പഠിപ്പിക്കുമ്പോൾ അരിയുണ്ടാക്കുന്ന മരമന്വേഷിച്ച് നടക്കുന്നവരെ വെറുതെ അങ്കലാപ്പിലാക്കുകയില്ലേ... ചേറിന്റെ അർത്ഥമറിയാൻ ശ്രീകണ്ഠേശ്വരന്റെ നിഘണ്ടു നോക്കാൻ മെനക്കേടാകും.

വാഹനത്തിലൂടെ കടന്നുപോയ്ക്കൊണ്ടിരുന്ന വഴികളൊക്കെ പുതുവഴികളാണ്... എന്നോ സഞ്ചരിച്ച് തേഞ്ഞുമാഞ്ഞവയല്ല ഇവയൊന്നും. നൂറ്റാണ്ടുകളുടെ അന്തരം എത്ര ആലോചനാമൃതം. പക്ഷേ ചിന്തകളുടെ മേച്ചിൽപുറങ്ങളിൽ ഇടയ്ക്കിടെ വഴിമുടക്കിക്കിടക്കുകയാണ് സാവിത്രിയും ചാത്തനും. ഉടുതുണിക്ക് മറുതുണിയില്ലാത്ത അർദ്ധനഗ്നനായ ചാത്തനെ മുണ്ടും മേൽവസ്ത്രധാരിണിയുമായ സാവിത്രി സ്വന്തമാക്കിയ ഇടുങ്ങിയ വഴി എത്ര വ്യക്തം. പുതുവഴി വെട്ടിയെടുത്ത് അവസാനമെത്തിയപ്പോൾ കൈയടികളുടെ മഹാഘോഷം കേട്ടതാണ്... അതിനുതൊട്ടുതന്നെ യുദ്ധത്തിനൊരുങ്ങിയ വരേണ്യക്കൂട്ടങ്ങളുടെ ആക്രോശങ്ങളും കേട്ടു.

അന്നും ഗുരുവായിരുന്നു തുണനിന്നത്. "മാനവസ്നേഹം എന്ന വാക്ക് ചിന്നസ്വാമിക്ക് മനസ്സിലായില്ലേ..."

പുഞ്ചിരി ഒളിപ്പിച്ച ചോദ്യം... " എല്ലാ മാറ്റവും കാലത്തിന്റെ ആവശ്യമാണ്... ചാത്തന്റെ ചാളയിൽ സാവിത്രി സുഖമായി ജീവിച്ചോളും കുമാരു..."

ഒരു കുലുക്കത്തോടെ കാറ് ഒരിടവഴിയിൽ നിന്നു. ചിന്തകളിൽ നിന്നും ഒരെടുത്തുചാട്ടം... മനസ്സ് കുലുങ്ങിയുണർന്നു...

“ഇറങ്ങിവരു ആശാനേ... നമുക്കവരെയൊന്നു കാണാം...” നിറഞ്ഞ ചിരിയോടെ സെക്രട്ടറി പറഞ്ഞു.

“ആരെയാണ് കാണേണ്ടത്...?” മറുചോദ്യം ഉറക്കെയായിപ്പോയി.

“ആശാനിത്രവേഗം മറന്നോ...? മനസ്സിൽ ഉരുണ്ടുകിടക്കുന്ന ആ കരുമാടിക്കുട്ടന്മാരെ... സാംസ്കാരിക നഗരത്തിലെ തിരക്കൊഴിഞ്ഞ ഇടത്തിലേക്ക് അവരെപ്പോഴോ കുടിയേറിയിരിക്കുന്നു...”

വർത്തമാനം പറഞ്ഞുകൊണ്ടും ഉത്കണ്ഠ പെരുപ്പിച്ചുകൊണ്ടും വലിയൊരു ഗേറ്റ് തള്ളിത്തുറന്ന് സെക്രട്ടറി അകത്തേക്ക് പ്രവേശിച്ചു. എവിടെനിന്നോ ഒരു ശ്വാനന്റെ മഹത്തായ പ്രതികരണം. രണ്ടുപേരുടെയും ഒപ്പം നടന്നില്ല. ഒരടി പിന്നിലായി നടന്നു. പുതിയവരുടെ വഴി അത്ര പരിചിതമല്ലോ... സ്വിച്ചമർത്തിയതും വേലക്കാരിയുടെ രംഗപ്രവേശം.

“ആരാ... എന്താ... എന്തുവേണം...?”

വളർത്തു തത്തയോ മൈനയോ...? ആശാനും പരിവാരങ്ങളും ഒത്തൊരുമിച്ച് ചിന്തിച്ചതും ഇതേകാര്യം തന്നെ.

“ചാത്തനും സാവിത്രിയും...?”

പ്രസിഡന്റ് അതേ പേര് തന്നെ വീണ്ടും ഉരുവിട്ടപ്പോൾ ആശാന്റെ ഉള്ളിൽ തീപ്പൊരി കടന്നതുപോലൊരു കടച്ചിൽ.

“ഇരിക്ക്.”

പതുപതുത്ത സെറ്റിയിൽ ഇരിക്കപ്പൊറുതിയില്ലാതെ ഇരുന്നപ്പോൾ അകത്തെ മുറി തുറന്ന് ചാത്തൻ ഡ്രോയിംഗ് റൂമിലേക്ക് വന്നത് ആശാന്റെ മസ്തിഷ്ക്കത്തിലേക്ക് വീണ്ടുമൊരു മിന്നൽ.

പഴയ അതേ ചാത്തൻ. അവർ പരസ്പരം കണ്ടു. രണ്ടുപേരുടെയും കണ്ണുകളിൽ എന്താണ് ഭാവമെന്ന് പ്രസിഡന്റിനും സെക്രട്ടറിക്കും മനസ്സിലായില്ല. അരിവാളേന്തി ആവേശത്തോടെ ചെങ്കൊടിയോട് ചേർന്നു നിൽക്കുന്ന അർദ്ധനഗ്നനായ കർഷകനെ നേരിട്ടു കാണുന്ന ഒരാവേശം സെക്രട്ടറിക്ക് തോന്നിത്തുടങ്ങി.

“ചാത്താ... നീ കാലത്തെ അതിജീവിക്കുന്നുവോ...?”

താൻ കൊണ്ടുനടക്കുന്ന ഭാരമത്രയും ഇറക്കിവയ്ക്കാനുള്ള അത്താണി കണ്ടെത്തിയതുപോലെ ചാത്തൻ ആശാനെ നോക്കി.

“എനിക്കെന്റെ ഇരട്ടജീവിതം മടുത്തു. മേലാളന്മാരെന്നും പുതിയ പുതിയ ആനുകൂല്യങ്ങൾ പതിച്ചുനൽകി ഞങ്ങളെ ജീവിപ്പിക്കുകയാണ്. റേഷൻകട, വിദ്യാഭ്യാസസ്ഥാപനങ്ങൾ, പി.എസ്.സി. പരീക്ഷകൾ,

ജോലി എന്നുവേണ്ട സമസ്തമേഖലയിലും ഇളവ് ജീവിതം കൈപ്പറ്റി പാരശ്വവതക്കരണം അനുഭവിക്കുകയാണെന്റെ ഉടയോനേ... ഉടയോന്റെ പാടത്ത് ചളിപുരണ്ട് അധ്വാനിക്കുമ്പോൾ സുഖമറിഞ്ഞിരിക്കുന്നു... അധ്വാനത്തിന്റെ സ്വർഗ്ഗം മുന്നിലുണ്ടായിരുന്നു..."

മുഖം കുനിച്ച് ചാത്തൻ പറഞ്ഞത് കൗതുകത്തോടെ ആശാൻ കേട്ടിരിക്കുന്നത് മാറിമാറി ശ്രദ്ധിക്കുകയാണ് പ്രസിഡന്റും സെക്രട്ടറിയും. രണ്ടു കാലത്തിലേക്ക് ഒരേസമയം നോക്കുന്ന ഭാവം അവരുടെ മുഖത്തുമുണ്ടായിരുന്നു.

"ചാത്താ അതുതന്നെയല്ലേ ഞാനും ചിന്തിച്ചിരുന്നത്. എല്ലാ ആനുകൂല്യങ്ങളും കൈപ്പറ്റി സമൂഹത്തിന്റെ പൊതുധാരയിലേക്ക് കുതിച്ചോടാൻ. ചട്ടങ്ങളൊക്കെ തിരുത്തിയില്ലെങ്കിൽ അത് മാനവരാശിയെ ബുദ്ധിമുട്ടിക്കുമെന്ന് പറഞ്ഞതോർമ്മയില്ലേ ചാത്താ..."

ആശാന്റെ വാത്സല്യമുള്ള വാക്കുകൾ തണുപ്പിക്കുന്ന മുഖവുമായി ചാത്തൻ ഒരേ നില്പാണ്.

"എവിടെ നിന്റെ സാവിത്രിക്കുട്ടി."

മങ്ങലേറ്റ് മുഖം വീണ്ടും താഴ്ത്തി ചാത്തൻ ഉരിയാടി.

"മുകളിലത്തെ നിലയിൽ വേദോപനിഷത്ത് ഉരുക്കഴിക്കുന്നു. മക്കളെ വേദസാധകം ചെയ്യിക്കുകയാണ്. സമാവർത്തനവും മറ്റും നടത്താനുള്ള സമയമായീന്ന് പറയുന്നത് കേട്ടു."

"ചായയോ... കാപ്പിയോ... അതോ മറ്റു വല്ലതുമോ...?"

ഇടയ്ക്ക് കയറിയ ശബ്ദം നേരത്തെ കണ്ട തത്തമ്മയുടേതാണ്. ഒരു ഇടനില ജീവിതത്തിന്റെ പങ്കപ്പാട് തെളിഞ്ഞുകിടക്കുകയാണ് അവളുടെ വാക്കിലും നോക്കിലും.

"തണുത്ത ജലം മതി... ഫ്രിഡ്ജിൽ വച്ചതാകരുത്."

ആശാനാണ് അത്രയും പറഞ്ഞത്. ദാഹിച്ചുവലഞ്ഞ ഒരു ബുദ്ധഭിക്ഷുവിനെപ്പോലെ അവളോടതു പറയുമ്പോൾ ആശാന് ദാഹത്തിന്റെ കിതപ്പുണ്ടായിരുന്നു.

മൗനത്തിന്റെ ഊരാക്കുടുക്ക് പിന്നെയും വന്നുവീണു. അതിൽ നിന്നും രക്ഷിക്കാനെന്നതുപോലെ സെക്രട്ടറി പിറുപിറത്തു.

"സാവിത്രി ഡൈവോഴ്സ് കേസ് ഫയൽ ചെയ്തിരിക്കുകയാണ്..." സെക്രട്ടറിയെ തുറിച്ചുനോക്കുമ്പോൾ അയാളുടെ കണ്ണിലെ പൂത്തിരി പുകയുന്നതു കണ്ടു

ചില്ലലമാരയിലെ ദമ്പതിമാരുടെ ചിത്രങ്ങളിലേക്ക്, പൈതലാന്മാരുടെ കുസൃതിനിറഞ്ഞ ഭാവത്തിലൂടെ പതിയെ കണ്ണുകൾ സഞ്ചരിക്കവേ

ആശാനോർത്തത് ചാത്തന്റെ മാടത്തിലെ കീറിപ്പിഞ്ഞിയ കൈതോല പ്പായയായിരുന്നു. അതിന്റെ ഓരത്ത് അന്തിയുറങ്ങാൻ കാതരയായി ക്ഷണിച്ച സാവിത്രി ഇന്ന്...?

ചാത്തന്റെ ശരീരത്തിലെ ചളിയുടെ ചൂര് ഇനിയും വിട്ടകന്നിട്ടില്ല. അതോ തിരിച്ചങ്ങോട്ട് ഹരിചന്ദനഗന്ധം സ്പ്രേ ചെയ്തിട്ടും ഏല്ക്കുന്നി ല്ലെന്നോ...

കോണിപ്പടിയിലൂടെ പാദസരകിലുക്കം. ഷാൾ വലിച്ച് മാറിടത്തിലാകെ പുതച്ച് തുള്ളിത്തുളുമ്പിയിറങ്ങിയ സാവിത്രിയെ ആശാൻ കണ്ണുനിറച്ചും കാണുകയാണ്. ആശാനെ കണ്ടതും സാവിത്രി ആഹ്ലാദശബ്ദമുണ്ടാ ക്കി.

“ഹായ് എന്തൊരത്ഭുതം. അങ്ങ് വന്നത് ധന്യമുഹൂർത്തത്തിലാണ്. അച്ഛന്റെ സ്ഥാനത്തുനിന്നുകൊണ്ട് കാര്യങ്ങളിൽ നീക്കുപോക്കുണ്ടാക്കി ത്തരാൻ എനിക്ക് മറ്റാരാണുള്ളത്...”

തുരുതുരെ വീഴുന്ന വാക്കുകൾ കൊരുത്തെടുക്കാൻ ആശാൻ വള രെയേറെ ബുദ്ധിമുട്ടി. എന്തൊരു ചടുലമായ വാക്സാമർത്ഥ്യം. ചാത്തന്റെ കൂരയിലെ ഓലവതിലിൽ പാതിമുഖം കാട്ടി അവ്യക്തമായ ശബ്ദത്തിൽ സംസാരിച്ച എന്റെ സാവിത്രിക്കുട്ടിക്ക് എന്തൊരു മാറ്റം...

“സാവിത്രീ...എനിക്കൊന്നും മനസ്സിലാവ്ണില്യന്റെ കുട്ടീ...”

ആശാൻ തൃശ്ശൂര്കാരന്റെ നൊമ്പരശബ്ദത്തിൽ നീട്ടിപ്പറഞ്ഞു. ആശാനെ വല്ലാണ്ട് ബുദ്ധിമുട്ടിക്കാൻ ഇഷ്ടമല്ലാത്തതുകൊണ്ട് പ്രസി ഡന്റ് സാവിത്രിയുടെ അരികിലേക്ക് നീങ്ങി എന്തോ അടക്കംപറഞ്ഞു.

“സ്വന്തം ജാതിസംഘടനയുടെ സംസ്ഥാനസെക്രട്ടറിയായി ചുമത ലയേറ്റ ചാത്തൻ ആനുകൂല്യങ്ങളുടെ തണലിൽ മാത്രമേ ജീവിക്കൂ എന്ന് വാശിപിടിക്കുന്നു. വസ്ത്രവും ഭക്ഷണവും വിദ്യാഭ്യാസവും വെറുതെ കിട്ടുന്നെങ്കിലേ നേടേണ്ടതുള്ളൂ എന്ന് നിർബന്ധിക്കുന്നു. മിശ്രവിവാഹി തരുടെ ആനുകൂല്യമാണീ വീട്. മക്കളുടെ ജാതീം മതോം എഴുതേണ്ട കോളത്തിൽ അയാളുടെ ജാതി എഴുതിനിറയ്ക്കുന്നു. ചാത്തന്റെ ഭാര്യ യെന്ന ഒരു ലേബൽ എന്റെ ജീവിതത്തിന്മേല്ക്ക് പതിച്ചിരിക്കുന്നു. ഇത് എന്റെ ജീവിതഭാരം കൂട്ടുകയാണ് ആശാനേ...”

സെക്രട്ടറി പതുക്കെ വാല്ക്കഷണം ആശാനു മുന്നിലേക്കട്ടു... ദൗത്യ സേനയുടെ ജാഗരൂകത അവർ അറിയാതെ പ്രകടിപ്പിക്കുന്നു. “അതു കൊണ്ട് സാവിത്രി ബ്രാഹ്മണസഭയുടെ മേലദ്ധ്യക്ഷയായി അവരോ ഹണം ചെയ്യാനും, ചെയ്തുപോയ അപരാധങ്ങൾക്ക് പ്രായശ്ചിത്തം ചെയ്യാനഉം തീരുമാനിച്ചിരിക്കുന്നു.”

മുകളിലത്തെ നിലയിൽനിന്നും വേദോപനിഷത്ശ്ലോകങ്ങൾ ഒരു പ്രത്യേക ഈണത്തോടെ അലിഞ്ഞലിഞ്ഞ് താഴത്തേക്ക് എത്തുന്നുണ്ടായിരുന്നു. ശീതീകരിച്ച മുറിയിലേക്ക് ഒരു മഞ്ഞുകാല സ്വപ്നം പോലെ മന്ത്രങ്ങൾ നൃത്തം വയ്ക്കുമ്പോൾ ആശാന്റെ തലച്ചോറിലേക്ക് സ്വാതന്ത്ര്യത്തിന്റെ നിലവിളികൾ ഇരച്ചുകയറുകയാണ്.

ഒന്നാക്കിയ മാനവികതയുടെ അടിവേരുകൾ മണ്ണിൽ നിന്നും ഇളകി മാറുന്നത് ആശാനറിഞ്ഞുതുടങ്ങി. രണ്ടു കഥാപാത്രങ്ങളുടെ ഇടയിൽനിന്നും നിശ്ശബ്ദനായി ഇറങ്ങിപ്പോകുന്ന കഥാപാത്രമായി ആശാൻ മുന്നോട്ടു നടന്നു.

സമൂഹത്തിനോട് ചോദിക്കാനും സഹയാത്രികരോട് ചോദിക്കാനും ചില ചോദ്യങ്ങൾ രൂപപ്പെടുത്തുകയാണ് കാറിലിരുന്ന് ആശാൻ ചെയ്തുകൊണ്ടിരുന്നത്.

കാറിൽനിന്നും അക്കാദമി ഹാളിന്റെ മുറ്റത്തേക്ക് തിരിച്ചിറങ്ങിയ ആശാൻ ധൃതിപിടിച്ച് ഹാളിനകത്തേക്ക് നടന്നു. സെക്രട്ടറിയും പ്രസിഡന്റും പിന്നാലെ ഓടിയെത്താൻ പാടുപെട്ടു. ദുരവസ്ഥയിലെ വരികൾ ഉറക്കെ ചൊല്ലി ബഹളം വയ്ക്കുന്ന ചെറുപ്പക്കാരന്റെ കൈയിൽ നിന്നും മൈക്ക് പിടിച്ചുവാങ്ങി.

“അനുബന്ധങ്ങൾ ഓരോ കൃതിക്കും അനിവാര്യമാകും. സാവിത്രീ ചാത്തന്മാരുടെ കാലിന്നടിയിലുമസ്വസ്ഥതയുടെ കോലാഹലങ്ങൾ മുഴങ്ങുന്നുണ്ട്. അതുകൊണ്ടെനിക്കീ കൃതിയെ പുനരാവിഷ്കരിക്കേണ്ടതുണ്ട്.” ആശാൻ തിരുത്തിപ്പാടിയ വരികൾ കേട്ട് പുതുക്കിപ്പണിത വീടിന്റെ കളർഫുള്ളായ പൂമുഖത്തിന്റെ ചാരുപടിയിലിരുന്ന് ചാത്തനും സാവിത്രിയും പുഞ്ചിരിച്ചുകൊണ്ടേയിരുന്നു. പൂത്തുകിടക്കുന്ന ഒരു വീട്ടിൽ നിന്നും രണ്ടുലോകത്തേക്കുള്ള വാതിലുകൾ തനിയെ തുറന്ന രാസവിദ്യയിൽ അവർ ആശ്വാസം കൊണ്ടു.

•

# കുരുവിയുടെ വെളിപാടുകൾ

ആകാശത്തിന്റെ അതിരുകളിലേക്ക് പറന്നുയരുമ്പോൾ പരുന്ത് തന്റെ ചാട്ടൂളി ശബ്ദത്തിൽ കുരുവിയോട് പറഞ്ഞതിങ്ങനെയാണ്.

"നമ്മൾ ലക്ഷ്യത്തിലെത്തണമെങ്കിൽ ഇനിയും ഒരു പാട് യാത്രയുണ്ട്. ഈ കുഞ്ഞു ശരീരത്തിന് അതൊക്കെ താങ്ങാൻ പറ്റുമോ.. ഇനി തളർച്ച തോന്നുകയാണെങ്കിൽ എന്റെ കരുത്തുള്ള ചിറകിന്മേൽ നിനക്ക് സവാരി ചെയ്യാം..."

തന്റെ ശരീരത്തിന്റെ നിസ്സാരതയെക്കുറിച്ച് നല്ല ബോധമുണ്ടായിരുന്ന കുരുവിക്ക് ഇത്തരം ഇകഴ്ത്തലുകൾ തീരേ രസിച്ചില്ല. ഒരു യാത്ര പുറപ്പെട്ടതാണ്. നല്ല ലക്ഷ്യവുമുണ്ട്. ശരീരത്തിന്റെ വലുപ്പച്ചെറുപ്പമല്ല യാത്രയുടെ ഗതിവിഗതികൾ നിശ്ചയിക്കുന്നതെന്ന് പരുന്തിനേപ്പോലെ കുരുവിക്കും അറിയാമായിരുന്നു.

"കാറ്റും മഴയും മഞ്ഞും വെയിലും താണ്ടണം. ഈ ചെറിയ ശരീരത്തിന് അതിജീവിക്കാനാകുമോ. കാറ്റു വരുമ്പോൾ ഗതി തെറ്റും.. അപ്പോൾ നീയെന്റെ കൂർത്ത കാലിൽ കയറിയിരിക്കുക. മഴ പെയ്യുമ്പോൾ നീയെന്റെ ചിറകിനടിയിലേക്ക് കയറിയിരുന്നോളൂ..."

ഇത്രയ്ക്കും ഒരഹന്ത കൊണ്ടു നടക്കുന്ന പരുന്തിനോടൊപ്പമുള്ള യാത്ര ദു:സ്സഹമാവുമെന്നു തന്നെ കുരുവി ചിന്തിച്ചു തുടങ്ങി. ഉഭയസമ്മതത്തോടെയാണ് പുറപ്പെട്ടത്. പരസ്പരം കുറ്റപ്പെടുത്തലോ, വഴക്കു കൂടലോ, വേർപിരിയലോ, പരിഹസിക്കലോ ഒന്നും പാടില്ലെന്ന് കരാറാണ്. ഭൂമി വിട്ട് ഉയരങ്ങളിലേക്ക് പോകുന്തോറും കുരുവിയുടെ ആത്മവിശ്വാസം വർദ്ധിക്കുകയും പരുന്തിന്റെ ആത്മവിശ്വാസം കുറഞ്ഞുവരികയും ചെയ്യുന്നത് അവർ പരസ്പരമറിഞ്ഞില്ല.

"എവിടെ പോകുന്നു രണ്ടു പേരും...?"

വേഗതയൊന്നു കുറച്ചപ്പോഴാണ് ശബ്ദങ്ങളുടെ ഉറവിടം പിടികിട്ടിയത്. കുറേ മനുഷ്യനിഴലുകളാണ്. ഇങ്ങനെ ഒന്നിനെ വഴിയിൽ പ്രതീക്ഷിച്ചതല്ല. ഇതിപ്പോൾ അറിവുകൾക്കപ്പുറത്തുള്ള എന്തോ ഒന്നാണ്. ഭാവനയ്ക്ക് വിധേയവുമല്ല. എങ്ങനെ ഇവയെ വ്യാഖ്യാനിക്കാനാവുമെന്ന് എത്തുംപിടിയുമില്ല.

"ആശങ്കപ്പെടേണ്ട പക്ഷികളേ..."

മനുഷ്യശബ്ദങ്ങൾ തന്നെയാണ്. ഇവിടെ അതെങ്ങനെ ഉണ്ടായി എന്നതാണ് ആശയക്കുഴപ്പം. പറവകളെ പിടിച്ചു നിർത്തിയിട്ടെന്തു കാര്യം? എങ്കിലും കാതോർക്കാം... പുതിയ ജീവിതങ്ങളെ അറിയലും ഒരു ജൈവികബോധമാണ്.

"ഞങ്ങൾ മനുഷ്യരുടെ ആത്മാംശങ്ങളാണ്. ഞങ്ങളീ ആകാശങ്ങളുടെ അതിരുകളിൽ അലയുകയാണ്. സാധാരണ വിശ്വാസപ്രകാരം സ്വർഗ്ഗത്തിലോ നരകത്തിലോ പോകേണ്ടതാണ്. എന്നാൽ രണ്ട് ഇടങ്ങളും പൂട്ടി സീൽ വച്ചിരിക്കുന്നു. കാരണം ഞങ്ങളെല്ലാം മരിച്ചത് കൊറോണക്കാലത്താണ്. അതുകൊണ്ടു തന്നെ അത്രയധികം ആത്മാംശങ്ങൾ അവിടേക്ക് ചെല്ലുമ്പോൾ രണ്ടു ലോകങ്ങളും രോഗഗ്രസ്ഥമാകും. ഇവിടെ ലോക് ഡൗൺ തീരുന്നതുവരെ ഞങ്ങളിവിടെയൊക്കെയുണ്ടാകും..."

പരുന്ത് ഭീതിയോടെ കുരുവിയെ നോക്കി. ലോകത്താകമാനം മരിച്ചുകൊണ്ടിരിക്കുന്നവരുടെ ലക്ഷക്കണക്കിന് ആത്മാക്കൾക്ക് മോക്ഷമില്ലെന്നോ. കുരുവി പരുന്തിന്റെ ചെവിക്കരികിലേക്ക് ചെന്നു.

"അപ്പോൾ നമ്മൾ കാണാൻ പോകുന്ന ദൈവമോ..?"

സൂക്ഷ്മനിരീക്ഷണ പാടവമുള്ള കണ്ണുകളാൽ ചുറ്റുപാടും നിരീക്ഷിച്ച ശേഷം പരുന്ത് പറഞ്ഞു;

"എനിക്കൊരിത്തിരി സമയം തരൂ... ധൃതിപ്പെടാതെ..."

പിന്നെ തിരിഞ്ഞു നിന്ന് പരുന്ത് ആത്മസ്വരൂപികളോട് പറഞ്ഞു തുടങ്ങി.

"ഭൂമിയിൽ നിന്നും അപ്രത്യക്ഷരായിരിക്കുകയാണ് ദൈവങ്ങളെല്ലാം.. അവരുടെ ആലയങ്ങളിലിപ്പോൾ പാറ്റയും പഴുതാരയും പട്ടികളും പെറ്റു കിടക്കുന്നു. ആപൽ ബാന്ധവരെന്ന് എല്ലാവരും വിശ്വസിച്ചിരുന്നെങ്കിലും തക്ക സമയത്തിനവർ ഇറങ്ങിയോടിക്കളഞ്ഞു. അവരെ കണ്ടെത്തണം. മനുഷ്യർക്കു വേണ്ടിയുള്ള ഒരു ദൗത്യമാണെന്ന് കരുതിക്കോളൂ... ഇത്രയും ദൂരേയ്ക്ക് വരാൻ ചിറകുകൾക്ക് ശക്തി എനിക്കു മാത്രം. പിന്നെ കുരുവിയെ കൂടെ കൂട്ടിയത്, ഞാൻ ദൈവങ്ങളുടെ സാന്നിധ്യമറിയുമ്പോൾ സാക്ഷി വേണം. അല്ലെങ്കിൽ കാണാത്തതും ഭാവനയിൽ വരാത്തതും അർത്ഥശൂന്യതയെന്നു പറഞ്ഞ് യുക്തിവാദികൾ ഈ സംരംഭത്തെ തള്ളിക്കളയും."

കുരുവിയുടെ ഹൃദയം വല്ലാതെ നൊന്തു. താനൊരു സാക്ഷി മാത്രമാകാനാണോ ഈ കഠിനയാത്ര. ലക്ഷ്യം കാണുമ്പോൾ പണ്ട് മനുഷ്യർ ചന്ദ്രനിൽ കാലുകുത്തിയ ആദ്യ മനുഷ്യന്റെ പേര് ആദ്യം പറയുമ്പോലെ പരുന്തിനെക്കുറിച്ച് പറയും. നൂറ്റാണ്ടുകൾ കഴിയുമ്പോഴും അ

വശേഷിക്കുന്ന ജീവജാലങ്ങൾ പറയുന്ന കഥയുടെ തുടക്കം ഇങ്ങനെയായിരിക്കും.

"പണ്ടൊരു കൊറോണക്കാലത്ത് ദൈവങ്ങളൊക്കെ ഭൂമി വിട്ടുപോയപ്പോൾ ഒരു പരുന്തും ഒരു ചെറു കുരുവിയും ദൈവത്തെത്തേടി യാത്രയായി..."

ഒരു വൈരുദ്ധ്യാത്മക ചർച്ചയ്ക്ക് അത് വഴിവെയ്ക്കും. കുട്ടികൾ കഥയെ കീറിമുറിക്കും. ഒരു കുരുവിക്ക് പരുന്തിനോടൊപ്പം ഉയരത്തിൽ പറക്കാൻ സാധിക്കില്ല. കഥയ്ക്കകത്ത് നുണകൾ തിരുകിയതിന് കഥ പറച്ചിലുകാരനെ കഴുത്തു ഞരിച്ചു കൊല്ലും. ചിലപ്പോൾ കൗതുകം കൊണ്ടോ, സഹതാപം കൊണ്ടോ ചില മുതിർന്നവർ പറയും... കുരുവിയും പറക്കട്ടെ. തളരുമ്പോൾ രക്ഷിക്കാൻ പരുന്തുണ്ടല്ലോ.. അവരൊന്നിച്ച് ദൈവങ്ങളെ കാണുന്നതിൽ തെറ്റില്ല.

യൂദാസിന്റെ മുഖമുള്ള ഒരു മനുഷ്യസ്വരൂപം മുന്നിലേക്ക് വന്നു നിന്നു.

"ഞാൻ അവരെ കാട്ടിത്തരാം... പ്രതിഫലമായി എന്തു തരും..?"

പെട്ടെന്ന് മനുഷ്യസ്വരൂപങ്ങൾക്കിടയിൽ ഒരു തിരയിളക്കം.

"വിശ്വസിക്കരുത്... അവൻ നവയുഗയൂദാസ്... പല രാജ്യങ്ങൾക്കു വേണ്ടിയുംചാരപ്പണി ചെയ്തവൻ."

യാത്രയുടെ ഗതിമാറുന്നതിൽ പരുന്തിന് ഒരല്പം പൊറുതികേട് തോന്നി. പക്ഷേ ഇവരെ മറികടന്നുപോകണമെങ്കിൽ ഒരു പാട് ധൈര്യം വേണം. മാത്രമല്ല, രഹസ്യങ്ങൾ അറിയാവുന്നവരെക്കൊണ്ട് പറയിപ്പിക്കണം. ഇതിപ്പോൾ ഒരാൾ ,അല്ല പേരില്ലാത്ത ആത്മാംശം സ്വയം സന്നദ്ധനായി മുന്നോട്ട് വന്നിരിക്കുന്നു. കിട്ടിയ സന്ദർഭം ഒഴിക്കുന്നത് അത്ര നല്ല ബുദ്ധിയാണോ? ഭൂമിക്കും സ്വർഗ്ഗനരകങ്ങൾക്കുമിടയിൽ കാലുറപ്പിക്കാൻ ഒരിടം കിട്ടാതിരുന്നിട്ടും മനുഷ്യസ്വഭാവം കാണിക്കാൻ കിട്ടിയ സന്ദർഭം കൈവിട്ടു കളയുന്നുമില്ല. പരുന്തിന്റെ ചിന്തകളിലേക്ക് ചോദ്യങ്ങളും നിഗമനങ്ങളും പെരുകിത്തുള്ളുമ്പോഴാണ് കുരുവി പെട്ടെന്ന് ചോദിച്ചത്;

"ദൈവങ്ങളെവിടെയാണ്?"

ഇങ്ങനെ തുറന്നു ചോദിക്കരുതായിരുന്നു എന്ന് പരുന്ത് പിറുപിറുത്തു. ഇവർ മനുഷ്യാംശമാണ്. സത്യം, ധർമ്മം ഇതൊക്കെ ശ്രദ്ധിച്ച് കൈകാര്യം ചെയ്യുന്നവരാണ്. രാഷ്ട്രീയക്കാരനും രാഷ്ട്രത്തലവന്മാരും, ഭിഷഗ്വരന്മാരും, യാചകരും, നർത്തകരും വേശ്യകളും, യുക്തിവാദികളും വിശ്വാസികളും അവിശ്വാസി കളുമുണ്ട്. അതുകൊണ്ട് ഒരാൾക്കൂട്ടത്തിലേക്കെന്നപോലെ ചോദ്യങ്ങൾ എറിഞ്ഞു കൊടുക്കരുത്.

നരകത്തിലുണ്ട്, സ്വർഗ്ഗത്തിലുണ്ട് എന്ന രണ്ട് ഉത്തരങ്ങളാണ് പക്ഷികൾക്ക് കിട്ടിയത്. രണ്ടുത്തരങ്ങൾ വന്നതോടെ അവർ രണ്ടു ചേരികളായി. നരകത്തിലായതിന്റെ കാരണങ്ങളും സ്വർഗ്ഗത്തിലായതിന്റെ കാരണങ്ങളും നിരത്തി അവർ ബഹളം വച്ച് കൊണ്ടിരുന്നു. ഒരു വിഷയം കിട്ടാൻ കാത്തിരിക്കുന്ന ചാനൽ ചർച്ചക്കാരെ പോലെ അറിവിന്റെ ഭാണ്ഡം കുടഞ്ഞു തെറിപ്പിച്ച് ആ ദേശമാകെ മാലിന്യം നിറച്ചു.. അവയ്ക്ക് നാറ്റം വയ്ക്കാൻ തുടങ്ങിയതോടെ പെട്ടെന്ന് കുരുവി ഉറക്കെ ശബ്ദിച്ചു. ആ ശബ്ദം ശരിക്കും പരുന്തിനു പോലും ഉൾക്കൊള്ളാനായില്ല. അവിടെയെങ്ങും നിശബ്ദത പരന്നു. ചെറിയ ശരീരത്തിൽ നിന്നും ഭയാനകമായ ഇത്തരമൊരു പ്രതികരണം താനിതുവരെ കണ്ടിട്ടും കേട്ടിട്ടുമില്ലെന്ന് നടുക്കത്തോടെ പരുന്ത് വിലയിരുത്തി. അപ്പോൾ ഒരു കൊച്ചു പെൺകുട്ടിയുടെ മനുഷ്യാംശം കുരുവിയുടെ അടുത്തേക്ക് പിച്ചവച്ചു. പരുന്ത് അത് കണ്ടില്ല. കുരുവിയോളം ചെറുതായിരുന്നു അത്.

“എനിക്കറിയാം...”

“എവിടെ ...?”

“നാലാം ലോകത്ത്...”

“അതെവിടെ ..?”

“വരൂ...”

കുരുവി കൂടെ സഞ്ചരിച്ചു. ആകാശത്തിന്റെ അതിരിൽ നിന്നു കൊണ്ട് അവൾ ദൂരേയ്ക്ക് കൈ ചൂണ്ടിക്കൊണ്ടു പറഞ്ഞു.

“ഭൂമിയിൽ മഹാമാരി വന്ന് ജനങ്ങൾ മരിച്ചുവീഴുമ്പോൾ ലോകമെങ്ങുമുള്ള മനുഷ്യർ ദൈവങ്ങളെ വിളിച്ചു കരയാനാരംഭിച്ചു. കേവലം നിസ്സാരന്മാരായ അണുക്കളുടെ പടയോട്ടം കണ്ട് അമ്പരന്നു പോയ ദൈവങ്ങൾ ആയുധങ്ങൾ തേടി. ഏത് ആയുധങ്ങളാലും കോർത്തെടുക്കാനോ വെട്ടിമുറിക്കാനോ കഴിയില്ലെന്ന് അറിയാവുന്നതു കൊണ്ട് രായ്ക്ക് രാമാനം ഭൂമിയിലെ തങ്ങളുടെ വലിയ മാളികകൾ വിട്ട് രക്ഷപ്പെട്ടു. അവരെ പ്രാർത്ഥിച്ച് ശക്തിപ്പെടുത്താൻ മനുഷ്യരൊന്നും ഉണ്ടായിരുന്നില്ല. ദൈവങ്ങളെക്കുറിച്ചല്ല മരണത്തെക്കുറിച്ചാണവർ കൂടുതൽ ഓർത്തത്. അവർ സ്വയരക്ഷയ്ക്കായി അവനവന്റെ വീട്ടിലിരുന്നപ്പോൾ ദൈവങ്ങൾക്ക് മറ്റൊന്നും ചെയ്യാനുണ്ടായിരുന്നില്ല.”

കുരുവി കഥ കേട്ടുകൊണ്ടിരിക്കെ ദൂരെ വലിയൊരു പേടകം കണ്ടു. അതിനകത്തെ ബഹളങ്ങൾ പുറത്തേക്ക് തെറിച്ചു വീഴുന്നുണ്ടായിരുന്നു. കുരുവി അത് ശ്രദ്ധിക്കുമ്പോഴാണ് പെൺകുട്ടിയുടെ മനുഷ്യാംശം ഇങ്ങനെ പറഞ്ഞത്.

"നോഹയുടെ പുതിയ പെട്ടകം എന്നു വേണമെങ്കിൽ വിളിക്കാം. ആവശ്യമാണ് സൃഷ്ടിയുടെ മാതാവ് എന്നറിയാമല്ലോ. ദൈവങ്ങളെ കൊണ്ടുവരുവാൻ അയക്കപ്പെട്ട വാഹനമാണത്. നോക്കൂ. ഭൂമിയിൽ നിന്നും തോറ്റോടിയവരെ ഒരു സാങ്കല്പിക ലോകത്താണ് താമസിപ്പിച്ചിരിക്കുന്നത്. അസ്തിത്വത്തിന്റെ പ്രശ്നമാണത്. സാങ്കല്പിക ശക്തിയാൽ ഇത്ര കാലവും പിടിച്ചു നിന്നവർക്ക് സ്വന്തം ദുർബലത ബോധ്യപ്പെട്ട രോഗകാലത്ത് ഇങ്ങനെയൊരു ഇടം ആവശ്യമാണ്. പ്രപഞ്ച ശക്തിയുടെ വിചാരണയ്ക്ക് വിധിക്കപ്പെട്ടിരിക്കയാണവർ. വിശ്വാസം വിതച്ച് മതമെന്ന വളമിട്ട് വളർത്തി ലോകത്താകമാനം മാനവികതയെ വിഭജിച്ച്, ഭയപ്പെടുത്തിയതിന്റെ ശിക്ഷ."

കുരുവിക്ക് ഉള്ളിലൊരു ചിരി പടർന്നു. അത് പരുന്തിനെ തിരിഞ്ഞു നോക്കി. വലിയ ജ്ഞാനിയും ശക്തിമാനും, ദീർഘവീക്ഷണവും ഉണ്ടെന്നാണ് അഹങ്കാരം. കണ്ടില്ലേ. ക്വാറന്റൈയിനിലായ ദൈവങ്ങളെ പാർപ്പിച്ച സ്ഥലം കണ്ടുപിടിക്കാൻ തനിക്കു മാത്രമേ സാധിച്ചുള്ളൂ. ചെറിയവർക്ക് കടന്നുപോകാൻ ധാരാളം വഴികളുണ്ടെന്ന് പരുന്തിനെ ബോധ്യപ്പെടുത്തണം..കുരുവി തലയുയർത്തി പരുന്തിനെ സമീപിച്ചു. എന്നിട്ട് എണ്ണം തിട്ടപ്പെടുത്താനാവാത്ത മനുഷ്യാംശങ്ങൾ കേൾക്കാതെ ചെവിക്കരികിൽ നിന്നുകൊണ്ടു പറഞ്ഞു;

"ഞാൻ ദൈവങ്ങളെ കണ്ടു. നാലാം ലോകത്ത് പ്രത്യേക പെട്ടകത്തിൽ ക്വാറന്റൈയിനിലാണ്. വിചാരണ കഴിയാതെ കാണാനാവില്ല..."

പരുന്ത് കുരുവിയെ രൂക്ഷമായി നോക്കി.

"എന്തസംബന്ധമാണ് പുലമ്പുന്നത് ?"

കുരുവി ഒന്നു കൂടി വിശദമാക്കി.

"മൂന്നു ലോകങ്ങളിലും പ്രവേശമില്ലാത്തവർക്ക് പണിത നാലാംലോകത്ത് അവർ മാത്രമേയുള്ളു. ഇനി അതായിരിക്കണം അവരുടെ ലോകം. അവിടെ നിന്നും അവർ രക്ഷപ്പെടാതിരിക്കാൻ ഈ മനുഷ്യാംശങ്ങൾ ജാഗ്രത പുലർത്തിക്കോളും. ഭൂമിയിലിനി അവർക്ക് വലിയ ഉത്തരവാദിത്വങ്ങളൊന്നുമില്ല. അതുകൊണ്ട് നാം അന്വേഷണമവസാനിപ്പിച്ചിരിക്കുന്നു. ഒരു പക്ഷേ ഭൂമിയിലെ പ്രതിധികളെ കണ്ടാൽ അവർക്കിനിയും പ്രലോഭനമുണ്ടാവും. നാം അവിടേക്ക് പോകുന്നില്ല. മനസ്സിലായോ?"

"പിന്നെ..?"

കുരുവിക്ക് ഇനി അതിനെക്കുറിച്ച് വാക്കുകളില്ല. അത് പരുന്തിന്റെ ചിറകിൽ കയറി ഇരുന്നു കഴിഞ്ഞു.

"പരുന്ത്. മയിൽ, അരയന്നം. തുടങ്ങിയ പക്ഷികളുടെയും, കാള, പു

ലി, എലി തുടങ്ങിയ മൃഗങ്ങളുടെയുമൊക്കെ പുറത്തു കയറിയാണല്ലോ [illegible]. ഇനി അതല്ലാത്ത സാഹചര്യത്തിൽ ഞാൻ നിന്റെ പുറത്തു യാത്ര ചെയത് ഭൂമിയിലേക്കിറങ്ങും. നമുക്ക് ഇനി ശാന്തമായ പുലരിയെ തൊടാം. പൂക്കളേയും പൂമ്പാറ്റകളേയും ഓമനിക്കാം... പക്ഷികളുടെ ,മൃഗങ്ങളുടെ, പുഴകളുടെ, കുന്നുകളുടെയൊക്കെയാണ് ഭൂമി .നിനക്ക് നാഗത്താന്മാരും എനിക്ക് ഭൂനാഗങ്ങളും ആഹാരമാകും.. അങ്ങനെയങ്ങനെ... ഇനിയൊട്ടും താമസിക്കരുത്..."

"റാഗിപ്പറക്കുന്ന ചെമ്പരുന്തേ ...
നീയുണ്ടോ മാമാങ്കവേല കണ്ടു...
വേലയും കണ്ടു വിളക്കും കണ്ടു
കടൽത്തിര കണ്ടു കപ്പൽ കണ്ടു..."

കുരുവി മനോഹരമായി പാടുകയാണ്....

കുരുവിയുടെ പ്രഖ്യാപനങ്ങളുണ്ടാകുന്ന ഒരു കാലം വന്നതറിഞ്ഞ പരുന്ത് അവനേയും തോളിലേറ്റി ഭൂമിയിലേക്കിറങ്ങി...

•